அரபிக் கடலோரம்
சக்கரியா

அரபிக் கடலோரம்
சக்கரியா (1945)

கோட்டயம் மாவட்டம் உருளிக்குன்னத்தில் பிறந்தார். கல்லூரி ஆசிரியர், பத்திரிகையாளர், ஊடக ஆலோசகர், பத்தியாளர், விவசாயி என்று பல்வேறு பணிகளில் ஈடுபட்டார். தற்கால மலையாள இலக்கியத்தில் முதன்மையானவர்களில் ஒருவர். மலையாளம், ஆங்கிலம் இரு மொழிகளிலும் எழுதுகிறார். சிறுகதை, நாவல், திரைக்கதை போன்ற புனை வாக்கங்களும், அரசியல் பண்பாட்டு விமர்சனக் கட்டுரைகளுமாக முப்பது நூல்களை வெளியிட்டுள்ளார். கேரள சாகித்ய அக்காதெமி, மத்திய சாகித்ய அக்காதெமி விருதுகள் பெற்றிருக்கிறார். சிறந்த திரைப்பட மூலக்கதைக்கான கேரள அரசின் விருதை 'விதேயன்' (இயக்கம்: அடூர் கோபாலகிருஷ்ணன்) படத்துக்காகப் பெற்றார். உலக நாடுகள் பலவற்றிலும் பயணம் செய்துள்ளார். அந்த அனுபவங்களையும் நூலாக்கியுள்ளார். சக்கரியாவின் படைப்புகள் தமிழ் உட்பட பல்வேறு இந்திய மொழிகளிலும் ஆங்கிலம் உட்பட உலக மொழிகளிலும் மொழியாக்கம் செய்யப்பட்டுள்ளன. இப்போது திருவனந்தபுரத்தில் வசிக்கிறார்.

சுகுமாரன் (1957)

கோவையில் பிறந்தவர். அச்சிதழ், தொலைக்காட்சி, நூல் வெளியீட்டுத் துறைகளில் பணியாற்றியவர். கவிஞர், கட்டுரையாளர், நாவலாசிரியர், மொழிபெயர்ப்பாளர். காலச்சுவடு இதழின் பொறுப்பாசிரியர். கனடா தமிழ் இலக்கியத் தோட்டத்தின் வாழ்நாள் சாதனையாளருக்கான இயல் விருதை 2016இல் பெற்றார்.

தொடர்புக்கு: nsukumaran@gmail.com

சக்கரியா

அரபிக் கடலோரம்

தமிழில்:
சுகுமாரன்

காலச்சுவடு பதிப்பகம்

அரபிக்கடலோரம் ✧ பத்திகள் ✧ ஆசிரியர்: சக்கரியா ✧ தமிழில்: சுகுமாரன் ✧ © பால் சக்கரியா ✧ முதல் பதிப்பு: டிசம்பர் 2008, மூன்றாம் (குறும்) பதிப்பு: நவம்பர் 2022 ✧ வெளியீடு: காலச்சுவடு பப்ளிகேஷன்ஸ் (பி) லிட்., 669 கே.பி. சாலை, நாகர்கோவில் 629001

arapik KaTalooram ✧ Columns ✧ Author: cakkariyaa ✧ Translator: Sukumaran ✧ © Paul Zakaria ✧ Language: Tamil ✧ First Edition: December 2008, Third (Short) Edition: November 2022 ✧ Size: Demy 1x8 ✧ Paper: 18.6 kg maplitho ✧ Pages: 96

Published by Kalachuvadu Publications Pvt. Ltd., 669 K.P. Road, Nagercoil 629001, India ✧ Phone: 91-4652-278525 ✧ e-mail: publications @kalachuvadu.com ✧ Printed at Adyar Students xerox Pvt. Ltd., No. 275 Habibullah Road, Triplicane high Road, Opp Triplicane Post Office, Triplicane, Chennai 600005

ISBN 978-81-89945-71-8

11/2022/S.No. 276, kcp 3907, 18.6 (3)1k

பொருளடக்கம்

நூலாசிரியர் முன்னுரை	9
மொழிபெயர்ப்பாளர் முன்னுரை	11
கடவுள் இருக்கிறார் இல்லையா?	17
மலையாள ரகசியங்கள்	21
ஒரு மலையாளத் துயரக் கதை	26
வை ராஜா வை	30
காஞ்சியில் கைது: ஒரு மலையாளத் திரைக்கதை	34
கம்யூனிசமும் மலையாளிகளும்	38
சென்னைக் கடலோரம்	42
சாதி: இங்கும் அங்கும்	47
புரட்சித் தலைவியும் கண்ணீர்த் துளிகளின் சாபமும்	51
எல்லைகளில் காற்று வீசட்டும்	55
அரசியல்: ஓசையும் வேகமும்	59
கடவுளுக்குக் காது கேட்காதா?	63
மாயாவித் திருடர்கள்	67
புதிய ஆக்கிரமிப்பாளர்கள்	72
கலைஞரின் கேள்விகள்	77
மலையாளம், மலையாளி - ஓர் எச்சரிக்கை	81
நட்சத்திர சந்நியாசிகள்	85
கருத்துச் சுதந்திரத்தின் குத்தகை	89
ஐயப்பனும் நடிகையும்	93

நூலாசிரியர் முன்னுரை

காலச்சுவடு இதழில் மே 2004 முதல் ஆகஸ்ட் 2008 வரை எழுதிய குறிப்புகளே இந்தத் தொகுப்பில் உள்ளவை. இந்தக் குறிப்புகளை எழுத வேண்டுமென்று திரு. சுந்தர ராமசாமி கேட்டுக்கொண்டது எனக்கு ஒரு வெகு மதியாகவே இருந்தது. அவருடைய புகழ் பெற்ற பத்திரிகை மூலம் தமிழ் வாசகர்களை நெருங்க முடிந்தது மகிழ்ச்சி யளிப்பதாக இருந்தது. கவிஞர் சுகுமாரன் அவற்றை மொழி பெயர்த்தார் என்பதும் எனக்குப் பெருமையளிப்பது. கேரளம் அரபிக்கடலின் சந்ததி என்பதனால் 'அரபிக் கடலோரம்' என்று பெயரிட்டேன். தமிழ் வாசகர்களுக்காக எழுதுவது நிச்சயம் புதுமையான அனுபவமாகவே இருந்தது.

தமிழில் ரசிக்கக் கூடிய விதமாக விஷயங்களைச் சொல்ல முடிந்திருக்கிறதா என்பது தெரியவில்லை.

இந்தக் குறிப்புகளில் கேரளத்தை அதிகமாக விமர்சித்தும் தமிழ் நாட்டைக் கூடுதலாகப் பாராட்டியுமிருக்கிறேனா என்று சிலர் என்னிடம் கேட்டதுண்டு. சரிதான். கேரளத்தை எவ்வளவு விமர்சித்தாலும் போதாது – அந்த அளவுக்கு மகா பாக்கியங் களைத் தொலைத்துவிட்டு ஓட்டாண்டியாகியிருக்கும் சமூகம் அது. அரசியல் கட்சிகளும் ஊடகங்களும் மதங்களும் அதிகாரிகளும் அறிவுஜீவிகளுமே அதில் பிரதான குற்ற வாளிகள். தமிழ்நாட்டு அரசியல் கட்சிகளும் ஊடகங்களும் அதிகாரிகளும் புனிதர்களல்ல என்று தெரியும். ஆனால், தமிழோடும் தமிழரோடுமுள்ள அடிப்படையான நன்றி யுணர்வு அவர்களிடம் எங்கோ மறைந்திருக்கிறது என்று எனக்குத் தோன்றுகிறது. அதனால்தான், ஆளும் கட்சிகள் மாறி வரும் போதும் தமிழ் நாடு முன்னோக்கிச் செல்கிறது.

இங்கே ஆடம்பர மாளிகைகளின் நிர்மாணம் மட்டுமே முன்னேறுகிறது. கூடவே ஊடகங்கள் பரப்பும் மதவெறியும் சாதி வெறியும்.

சராசரி மலையாளிக் குடிமகன் எப்படியோ அவனுடைய புத்தி முழுவதையும் பயன்படுத்தி இந்தப் பயங்கரத்தை வென்றெடுக்கிறான்.

தமிழ் இலக்கியத்திலும் அறிவுஜீவிகளுக்கிடையிலும் ஊடகங்களிலும் திசை திருப்புபவர்களும் பிற்போக்காளர்களும் சாதி மத வெறியர்களும் உருவாகாமலிருக்கட்டும் என்று நான் பிரார்த்திக்கிறேன். அரசியல் கட்சிகளுக்காகப் பிரார்த்தனை செய்வதில் ஒரு பயனுமில்லை.

திருவனந்தபுரம்   **சக்கரியா**
8, செப்டம்பர் 2008

மொழிபெயர்ப்பாளர் முன்னுரை

'காலச்சுவடு' ஆசிரியர் கண்ணன் நான்கு ஆண்டு களுக்கு முந்தைய ஏப்ரல் மாதம் ஒரு யோசனையை முன் வைத்தார். அண்டைமொழி எழுத்தாளர்கள் அல்லது பண் பாட்டுத் துறையினர் யாரையாவது 'காலச்சுவடு' இதழில் தொடர்ந்து பத்தி எழுதவைக்கலாம் என்பது அந்த யோசனை. இருமாதம் ஒருமுறை இதழாக வந்த 'காலச்சுவடு' தீவிர மாத இதழாக மே 2004 முதல் வரவிருந்தது. மாத இதழ் என்பதால் மாற்றம் அவசியமானதாகவும் இருந்தது. தமிழ்ப் பத்திரிகைக்காகப் பிறமொழியினர் எழுதும் பிரத்தியேகப் பத்தி என்ற யோசனை புதியதாகப் பட்டது. மலையாளம், கன்னடம் ஆகிய மொழிகளைச் சேர்ந்தவர்களை எழுதச் செய்வது; கன்னடத்தில் டாக்டர் யூ.ஆர். அனந்தமூர்த்தி யையும் மலையாளத்தில் சக்கரியாவையும் அணுகுவது என்று தீர்மானமாயிற்று. அனந்தமூர்த்தியின் பத்தியை நஞ்சுண்டனும் சக்கரியாவின் பத்தியை நானும் தமிழாக்கம் செய்வது என்றும் முடிவாயிற்று. இரண்டு காரணங்களை முன்னிருத்தி சக்கரியா தீர்மானத்துக்கு இசைந்தார். ஒன்று – 'காலச்சுவடு' நிறுவனர் சுந்தர ராமசாமிபால் அவர் கொண் டிருந்த மரியாதை. இரண்டு – தமிழ் வாசகர்கள் மீது அவருக்கு இருந்த மதிப்பு. ஏற்கனவே, சக்கரியாவின் பெரும்பான்மை யான புனைவாக்கங்கள் மொழிபெயர்ப்புகள் வாயிலாகச் சீரிய தமிழ் வாசகர்களை எட்டியிருந்தன. ஓரிரு மொழி யாக்கங்கள் தவிர மற்றவை அவரது எழுத்து முறையையோ அதிலுள்ள நுட்பங்களையோ கவனத்தில் கொள்ளாமல் இறக்குமதி செய்யப்பட்டவை. எனினும் அவை தமிழில் வரவேற்புப் பெற்றிருந்தன.

கேரளத்தின் சமகால அரசியல் – பண்பாட்டு நிகழ்வுகள் குறித்த அலசலைத் தன்னுடைய பத்தியில் செய்வதாக இருந்தார் சக்கரியா. பத்திக்கு 'அரபிக் கடலோரம்' என்ற தலைப்பையும் தேர்ந்தெடுத்திருந்தார். மே 2004 முதல் ஆகஸ்டு 2008 வரை ஒவ்வொரு மாதம் இடைவிட்டு 'காலச்சுவடு' இதழில் இந்தக் குறிப்புகள் வெளியாயின. கேரளத்து நிகழ்வுகளைச் சொல்லும் குறிப்புகளில் சக்கரியாவின் இரக்கமற்ற விமர்சனம் இருக்கிறது. மலையாளக் கலாச்சாரம் பற்றித் தமிழ் வாசகர்களிடையே நிலவும் மிகை அபிப்பிராயத்தை அது குலைத்தது என்று கருது கிறேன். எல்லாக் கோணல்களுக்கும் கோட்பாட்டு அடிப்படை யில் விவாதத்திலீடுபடும் மலையாளி மனப்பாங்கையே சக்கரியா அலசலுக்கு உட்படுத்தினார். இதன் காரணமாகத் தமிழக வாழ்க்கை யுடன் கேரள வாழ்க்கையைத் தவிர்க்க முடியாமல் ஒப்பீடு செய்ய வேண்டியதாகவும் அமைந்தது. தமிழக வாழ்க்கையும் அவ்வள வொன்றும் சிலாக்கியமானதல்ல; அது சராசரித் தமிழனுக்கும் தெரியும். எனினும் மலையாளிகளின் வாழ்க்கையுடன் ஒப்பிட்டால் ஆறுதலளிக்கக் கூடியது என்பது சக்கரியாவின் முடிவு. மலையாளி டம்பத்தின் மீது அவர் விழச் செய்யும் அடிகளில் ஒன்றிரண்டு இயல்பாகவே தமிழ் உணர்விலும் பட்டது.

நாற்பதாண்டுகளுக்கும் மேலாக மலையாளத்தில் எழுதி வரும் சக்கரியா முதன்மையாகப் படைப்பாளர். நவீன மலையாள மொழியில் முன்னோடியானவை என்று கருதத் தகுந்த பல சிறு கதைகள் அவருடையவை. சில நாவல்களையும் எழுதியுள்ளார். நாவல்கள் என்று குறிப்பிடப்படும் இந்த நெடுங்கதைகளும் தற்கால மலையாள இலக்கியத்தில் சலனங்களை ஏற்படுத்தியவை. இவை தவிர திரைக்கதையாக்கத்திலும் மொழிபெயர்ப்பிலும் ஈடுபாடு கொண்டவர். மலையாள மொழியில் பயண அனுபவங்களுக்கு இலக்கிய வடிவம் கொடுத்த மூத்த எழுத்தாளர் எஸ்.கே. பொற்றேக் காட்டைத் தொடர்ந்து பயண நூல்களும் எழுதி வருகிறார். இவை யனைத்தையும் ஓர் இலக்கியவாதியின் செயல்பாடுகளாக எண்ணலாம்.

சக்கரியாவின் இலக்கியப் புகழைவிட அவருக்குப் பரவலான வாசகர் கவனத்தைப் பெற்றுத் தந்தவை அவருடைய அரசியல் – சமூக விமர்சனக் கட்டுரைகள். ஆயிரத்துத் தொள்ளாயிரத்து அறுபதுகள் முதல் தொண்ணூறுகள்வரை படைப்பெழுத்தாள ராக மட்டும் கவனம் பெற்றிருந்த சக்கரியா பின்னர் எழுத்துச் செயல்பாட்டாளராகவும் அறியப்பட்டார். கேரளத்தின் அரசியல், சமூக, பண்பாட்டு நடவடிக்கைகளை விமர்சித்துக் கட்டுரைகளும் பத்திகளும் எழுத ஆரம்பித்தார். மலையாள இலக்கிய உலகில் இது புதுமையானதல்ல; எழுத்தாளன் என்பவனுக்குள் ஒரு பத்திரிகையாளனும் இருக்கிறான் என்ற நோக்கில் ஏற்றுக்கொள்ளப் பட்ட ஒன்று. எம்.டி. வாசுதேவன் நாயர், எம்.பி. நாராயண பிள்ளை,

ஓ.வி. விஜயன் போன்ற படைப்பாளர்களின் பத்திகள் வெகுவான வாசக வரவேற்புப் பெற்றவை. இதில் எம்.டி.யின் பத்திகள் பெரும் பாலும் இலக்கியச் செய்திகளையும் சொந்த அனுபங்களையும் கொண்டவை. நெகிழ்வும் உருக்கமும் அவற்றின் உள்ளோட்டங்கள். நாராயண பிள்ளையின் பத்தியெழுத்து சமூக விமர்சனம். விஜய னுடையது பெரும்பாலும் அரசியல் விமர்சனத்தை முன்னிருத்தியது. இந்த மூவரின் பத்தியெழுத்திலிருந்து மாறுபட்டது சக்கரியாவின் பத்தி எழுத்து. அது வாசகனிடம் விவாதங்களை எழுப்புவதையே முக்கிய நோக்கமாகக் கொண்டது. விஜயனும் நாராயண பிள்ளை யும் பத்திகளில் ஒரு பொருளைப் பற்றிய தங்கள் கருத்தை அழுத்தமாக நிறுவவே முயன்றிருக்கிறார்கள். விஜயனின் பத்தி களில் அவருடைய கருத்தை மீறிச் சிந்திப்பதற்கான இடம் மறுக்கப் பட்டிருக்கும். நாராயண பிள்ளையின் பத்திகளில் அவர் செய்யும் அங்கதத்தையும் குத்தலையும் கடந்து போக மனம் தயங்கும். சக்கரியாவின் பத்தியெழுத்து அவர் சொல்லும் கருத்துகளுடன் நம்மை ஒரு விவாதத்தைத் தொடங்கச் செய்யும்.

கோக்கோ கோலா நிறுவனத்துக்கு எதிராக நடக்கும் சூழலியல் பாதுகாப்பாளர்களின் போராட்டத்தை சக்கரியா கண்டனம் செய்கிறார். பன்னாட்டு நிறுவனம் என்பதால் இந்தக் குளிர்பான எதிர்ப்பு கவர்ச்சிகரமான விளம்பரமாகிறது என்று விமர்சனம் செய்கிறார். இதில் பாதி சரி. இன்னொரு பாதியையும் அவரே சுட்டிக்காட்டுகிறார். அரசாங்க அனுமதி பெற்ற பல சாராய ஆலைகள் கோக்கோ கோலா நிறுவனத்தைவிட அதிகமான அளவில் நிலத்தடி நீரை உறிஞ்சியெடுக்கிறதே, அதை ஏன் எதிர்ப்பதில்லை? அரசுத் துறையைச் சேர்ந்த குடிநீர் வழங்கல் வாரியம் சுத்திகரிக்கப்படாத நீரையே விநியோகிக்கிறதே, அதை ஏன் விமர்சிப்பதில்லை? கோலா எதிர்ப்பு ஊடகங்களைக் கவர் வதற்கான ஒரு தந்திரம். அரசெதிர்ப்பு, வினையை வரவழைத்துக் கொள்ளும் சங்கதி. அதனால் பாதுகாப்பான போராட்டங்கள் இவை என்று கருதுகிறார். சக்கரியாவின் வாதத்தை ஏற்றுக் கொள்ளும்போதே அதற்கான மறு விவாதமும் உருவாகிறது. சாராய ஆலைகளும் குடிநீர் வாரியமும் செய்யும் முறைகேடுகள் காரணமாக கோக்கோ கோலா நிறுவனத்தின் சுரண்டல் நியாய மானதாகாது என்ற எதிர் விவாதத்துக்குத் தயாராகலாம். இந்த விவாதக் களந்தான் சக்கரியாவின் பத்தியெழுத்து சர்ச்சைக்குரிய தாகக் கருதப்படக் காரணம்.

சக்கரியாவின் பத்தியெழுத்தில் ஒரு பிறத்தியானின் சுபாவம் கலந்திருக்கிறது. நடைமுறையிலிருக்கும் கோட்பாடுகளுக்கோ அரசியல் கருத்துகளுக்கோ மதம் மொழி பண்பாட்டுப் பெருமை களுக்கோ தன்னை ஒப்புக்கொடுத்துவிடாத மனப்பாங்கையே அந்நியனின் சுபாவம் என்று குறிப்பிடுகிறேன். கேரளத்துச் சூழலி

லேயே வாழும் ஒருவருக்கு இந்த மனப்பாங்கு வாய்ப்பது அரிது. முன்சொன்ன மூன்று பத்தியெழுத்தாளர்களும் – எம்.பி. நாராயண பிள்ளை, ஓ.வி. விஜயன், சக்கரியா – கேரளத்துக்கு வெளியிலேயே நீண்ட காலம் வாழ்ந்தவர்கள் என்பதை இங்கே குறிப்பிடலாம். இந்தப் புற வாழ்க்கை மலையாளிச் சமூகத்தின் டம்பத்தை இனங்காண உதவியிருக்கிறது. நாராயண பிள்ளையும் விஜயனும் மலையாளிகளின் சமூக அரசியல் வாழ்க்கையை விமர்சித்தனர். சக்கரியாவின் பட்டியலில் ஊடகமும் சேர்ந்துகொண்டது. மேற் சொன்ன இரண்டு அமைப்புகளும் உருவாக்கும் பொய்களையும் மதிப்பீடுகளையும் பரவச்செய்பவை ஊடகங்கள் என்பது இந்தக் குற்றச்சாட்டுக்கான காரணம். அதைச் சொல்வதற்கான பட்டறிவு ஆதாரமும் அவருக்கு இருக்கிறது.

மலையாளத்தின் முதல் தனியார் தொலைக்காட்சியான ஏஷியாநெட்டை நிறுவியவர்களில் சக்கரியாவும் ஒருவர். அதில் அவரும் முதிர்ந்த பத்திரிகையாளரான பி.ஆர்.பி. பாஸ்கரும் ஊடகங்கள் பற்றிய விமர்சன நிகழ்ச்சியான ‘மாத்யம விசாரம்’ என்ற பகுதியைக் கணிசமான காலம் தொடர்ந்து நடத்தினர். பெரும்பாலும் நாளிதழ்கள், பருவ இதழ்களில் வெளியாகும் செய்திகளும் விமர்சனங்களும் அந்தப் பகுதியில் துவைத்து அலசப்பட்டன. அலசலில் ஊடகங்கள் உண்மைகளை நழுவ விட்ட கிழிசல்கள் அடையாளம் காட்டப்பட்டன. வித்தியாசமான அணுகலுடன் நடந்த இந்த நிகழ்ச்சி தொலைக்காட்சி பிரபல மடைந்து நிறுவனமானதும் நிறுத்தப்பட்டது. சக்கரியாவின் பத்தி யெழுத்தை மாத்யம விசாரத்தின் இன்னொரு வடிவமாகவே நான் காண்கிறேன். பத்திரிகைகள் என்ற வரையறையை மீறி இந்த எழுத்து அனைத்துச் சமூக, அரசியல், பண்பாட்டு நடவடிக்கை களையும் கணக்கிலெடுத்துக் கொண்டது என்று எண்ணுகிறேன். சக்கரியாவின் இந்தப் பார்வைக்கு அடிப்படையானது அவருடைய அந்நிய மனப்பாங்கும், எழுத்தாளனாகப் பெறும் சுதந்திரமும் என்று வரையறுக்கலாம்.

அறிவுஜீவி என்று பொருள்படும் புத்திஜீவி என்ற மலையாளச் சொல்லைக் கடுமையாகக் கேலி செய்பவர் சக்கரியா. அவருடைய ஒரு கட்டுரை நூலின் தலைப்பே ‘புத்திஜீவிகளெக்கொண்டு எந்து பிரயோஜனம்?’ அந்த நூலின் தலைப்புக் கட்டுரையில் பிரசித்தமான புத்திஜீவியான எட்வர்ட் செய்தின் ‘ரெப்ரசெண்டே ஷன்ஸ் ஆஃப் தி இண்டெலக்சுவல்ஸ்’ புத்தகத்திலிருந்து சில விளக்கங்களை முன்வைக்கிறார்.

> அறிவுஜீவி என்பவன் பின்னொதுக்கப்பட்டவர்கள், அதி கார மையங்களில் பிரதிநிதித்துவம் மறுக்கப்பட்டவர்கள் ஆகியோரின் சார்பானவனாகவே இருப்பான் என்பதில்

எனக்குச் சந்தேகமில்லை. அவன் ராபின் ஹூட் ஆக வேண்டுமா என்று சிலர் இடக்காகக் கேட்கலாம். அவ்வளவு எளிதான ஒன்றல்ல இது. வெறும் கற்பனைக் கனவாக ஒதுக்கிவிடக் கூடியதுமல்ல. அறிவுஜீவியாக இருப்பவன் அடிப்படையில் சமாதானவாதியோ சமரசவாதியோ அல்ல. அவனுடைய உயிரோட்டமான சக்தியே விமர்சன உணர்வுதான். அந்த விமர்சன உணர்வில் எளிமையான சூத்திரங்களை அவன் புறக்கணிக்கிறான். வலுவான ஆட்சியாளர்களும் மரபுவாதிகளும் சொல்லுகிற காரியங்களுக்கும் செய்கிற செயல்களுக்கும் 'ஆமாம்' போடாமலிருக்கிறான். அவனுடைய மறுப்பு அவனுக்குள் மட்டும் ஒடுங்கிவிடுகிற வலுவற்ற ஒன்றாக இருக்கக்கூடாது. தன்னுடைய நிலைப்பாட்டைப் பொதுச் சமூகத்தின் முன் தயக்கமில்லாமல் சொல்லக்கூடியவனாக அவன் இருக்க வேண்டும்.

இந்தக் கண்ணோட்டத்தில்தான் மலையாளி வாழ்க்கையை சக்கரியா வியாக்கியானம் செய்கிறார். விமர்சிக்கிறார். விளாசுகிறார். தட்டி எழுப்பப் பார்க்கிறார் என்று எண்ணுகிறேன். அதன் சான்றுகள் தாம் இந்தக் குறிப்புகள். இவற்றில் சில தமிழில் வெளிவந்த பின்னர் மலையாளத்திலும் வெளியாயின.

இந்தப் பத்தியைப் பொறுத்தவரை ஒரு மொழிபெயர்ப்பாளனாக மட்டுமே என்னுடைய செயல்பாட்டை அமைத்துக்கொண்டேன். இவற்றில் குறிப்பிடப்படும் நிகழ்ச்சிகள் சிலவற்றுடன் ஓர் ஊடகப் பணியாளனாக நானும் தொடர்புகொண்டிருந்திருக்கிறேன். அதன் காரணமாக என்னுடைய நிலைப்பாடு சக்கரியாவின் நிலைப்பாட்டுக்கு மாறானது. கேரளத்தின் வடகோடியான காஸர்கோடு முதல் திருவனந்தபுரம் வரையில் அதிவேக நெடுஞ்சாலை அமைப்பது என்ற தீர்மானத்தை சக்கரியா வரவேற்கிறார். அதன் மூலம் வேலைவாய்ப்புகள் அதிகரிக்கும், நேரம் குறையும், எதிர்ப்பாளர்கள் சொல்வதுபோல அதை வசதி படைத்தவர்கள் மட்டுமே பயன்படுத்தப்போவதில்லை; சாமானியனான மலையாளியும் பயன்படுத்துவான் போன்ற வாதங்களை முன்வைக்கிறார். அப்படி மாநிலத்தை இரண்டு கூறாகப் பிளக்கும் நெடுஞ்சாலை பல சிற்றூர்களையும் விளை நிலங்களையும் இயற்கை வளங்களையும் அதைச் சார்ந்த வாழ் நிலைகளையும் புரட்டிப்போடும். இந்த அச்சம் தேவையற்றது என்பது சக்கரியாவின் தரப்பு. வளர்ச்சி யாருடைய செலவில் கட்டமைக்கப்படுகிறது என்பதில் அச்சத்துக்கு இடமுண்டு. அதில் பெரும் பாதிப்புக்குள்ளாகக் கூடியவர்கள் சாதாரண மனிதர்களாகவே இருப்பார்கள். தார்மீக நோக்கில்லாமல் உருவாக்கப்படும் வளர்ச்சி சாதாரணர்களை மேலும் சாதாரணர்களாகக் குறைவுபடுத்துமென்றே தோன்றுகிறது. எனினும் இதுபோன்ற மாறுபாடுகள் மொழியாக்கத்துக்கு

ஊறு விளைத்துவிடக் கூடாது என்ற எச்சரிக்கையுடனேயே இந்தப் பத்தியைத் தொடர்ந்து மொழிபெயர்த்திருக்கிறேன்.

ஜனநாயக மரபில் மக்களின் சிந்தனையையும் வாழ்நிலையையும் நிர்ணயிக்கும் அமைப்புகளாக அரசியல் (இதில் அரசியல்வாதிகள், அதிகாரிகள், நீதித் துறையினர் அனைவரும் உட்படுவர்), சமூகக் கலாச்சாரம் (மொழி, சாதி, இனம், மதம் ஆகியவை இதில் அடங்கும்), ஊடகம் ஆகியவற்றைக் காண்கிறார் சக்கரியா. இவை மூன்றும் ஒன்றுக்குள் ஒன்று தொடர்புகொண்டவை. ஒன்றிலிருந்து இன்னொன்று பயன்பெறுகிறது. ஒன்றையொன்று பாதுகாக்கிறது. மக்களின் நல்வாழ்வுக்குப் பொறுப்பானது என்று நம்பப்படும் இந்தக் கூட்டமைப்பு மக்களை அதிகாரம் செய்வதையும் சுரண்டுவதையுமே முக்கியப் பணியாகக் கொண்டிருக்கிறது என்ற கருத்தாடலை சக்கரியா நிகழ்த்துகிறார். அது மலையாளி ஜீவிதத்துக்கு மட்டுமல்ல தமிழ் வாழ்க்கைக்கும் பொருந்தும். அந்த நோக்கில்தான் இந்தப் பத்திகள் நூலுருவம் பெறுகின்றன. பத்தியெழுத்து என்பதால் இவற்றில் குறிப்பிடப்படும் பல நிகழ்ச்சிகளும் சமகாலத் தன்மை கொண்டவை.

குறிப்பிட்ட நிகழ்ச்சி நடந்து முடிந்த பின்னர் அதுபற்றிய விவாதங்களும் அணைந்துவிடுகின்றன. ஆனால் பிரச்சனையின் பொறி அவ்வளவு சீக்கிரம் அணைந்துவிடுவதில்லை. அது கனன்று கொண்டேயிருக்கிறது. இந்தப் பத்திகள் நூலுருவம் பெறுவதற்கான தேவை இதுதான்.

இதைச் சாத்தியமாக்கியவர்கள் சக்கரியா, கண்ணன், இந்தப் பத்திகள் வெளியான கால அளவில் 'காலச்சுவடு' இதழின் பொறுப்பாசிரியராக இருந்த அரவிந்தன், இப்போது பொறுப்பாசிரியராகவுள்ள தேவிபாரதி, அவ்வப்போது பத்திகளை வாசித்துக் கருத்தும் திருத்தங்களும் சொன்ன ராஜமார்த்தாண்டன், நஞ்சுண்டன் ஆகிய நண்பர்களும், 'காலச்சுவடு' இதழ், பதிப்பக ஊழியர்களும். அனைவருக்கும் மனமார்ந்த நன்றி.

திருவனந்தபுரம் 7 **சுகுமாரன்**
அக்டோபர், 2008

கடவுள் இருக்கிறார் இல்லையா?

கேரளத்தில் இப்போது அன்றாடம் பத்திரிகை – தொலைக்காட்சிச் செய்திகளிலும் பண்பாட்டு – அரசியல் விவாதங்களிலும் தமிழ்நாடு இடம் பெற்றுக் கொண்டேயிருக்கிறது. சாதாரணமாக ஜெயலலிதாவின் வழக்குகள், அமைச்சர்களின் பதவி நீக்கங்கள் போன்றவை தாம் தமிழ் நாட்டுச் செய்திகள். ஜெயலலிதாவின் வழக்குகள் என்ன ஆகுமோ என்ற எதிர்பார்ப்புடன் காத்திருப்பவர்கள் கேரளத்திலுமுண்டு. காரணம், 'அம்மா' வின் பிரதான ஜோதிடர்கள் இருவர் இருப்பது கேரளத்தில் தானே. (கேரளத்தில் 'அம்மா' என்றால் அர்த்தமே வேறு. மனித தெய்வமான அமிர்தானந்த மயியின் 'பிராண்ட் நேம்'தான் 'அம்மா'.) ஜோதிடர்கள் ஜெயலலிதாவை நிச்சயமாகக் காப்பாற்றுவார்களா என்று இங்குள்ள ஜெயலலிதாவுக்குச் சமதையானவர்கள் தெரிந்துகொள்ள விரும்புகிறார்கள். அதன் பிறகுதான் அவர்களும் அந்த ஜோதிடர்களுடன் தங்களின் விமோசன வழியை ஆராய வேண்டும். கடவுளே தெரிந்துகொள்ளும் விதத்தில் போதுமான அளவு பரிகாரம் காணப் போதுமான அளவு பணம் போட வேண்டும். எனவேதான் உறுதிப்படுத்திக் கொள்வதற்கான இந்தக் காத்திருப்பு.

ஜெயலலிதாவின் கண்டுபிடிப்புக்குப் பிறகுதான் இந்த ஜோதிடர்கள் கேரளத்தில் இந்த அளவுக்குப் பிரபல மானார்கள் என்பதுதான் சுவாரசியமான உண்மை. தேர்ந்த இரண்டு ஜோதிடர்களை மலையாளிகளுக்கு அறிமுகப்படுத்துவதற்கும் ஜெயலலிதாதான் வேண்டி யிருந்தது. 'அம்மா'வின் கைங்கர்யம்! ஜோதிடம், செக்ஸ் போன்ற விஷயங்களில் மலையாளிகளான நாங்கள்

இப்படியெல்லாம்தான். அக்குளிலிருப்பது விழவும்கூடாது; உத்தரத்திலிருப்பதை எடுக்கவும் வேண்டும். கொள்கையைக் கைவிடவும் கூடாது; எதிர்காலம் பற்றித் தெரிந்துகொள்ளவும் வேண்டும். கனவானாக இருக்கவும் வேண்டும்; சந்தர்ப்பம் கிடைத்தால் பெண்களைக் கைபிடித்து இழுக்கவும் வேண்டும். இதுபோன்ற இரட்டை முகம் தமிழ்நாட்டிலும் இருக்குமென்பதில் சந்தேகமில்லை. பாவம், மலையாளிகளை மட்டும் எதற்காகக் குற்றம்சாட்ட வேண்டும்?

தந்தை பெரியார் மகத்தான சுதந்திரமான சிந்தனையாளராகவும் மதச் சார்பற்றவராகவும் மூட நம்பிக்கைகளைக் கேள்வி கேட்பவராகவும் இருந்தார். அவர் புரட்சிகரமாக நிறுவிய திராவிட இயக்கத்தை இப்போதைய திராவிடக் கட்சிகள் கண்ணிமைக்கும் நேரத்திலல்லவா (ஒன்றுக்கொன்று போட்டி போட்டுக் கொண்டு) இரத்தம் புரண்ட இந்துத் தீவிரவாதத்தின் காலடியில் பலியிட்டன? அதிகாரம், செல்வம் ஆகியவை மீதான பேராசை முற்றும்போது பெரியாரைப் போன்ற மாமனிதர்களை மட்டுமல்ல; சொந்தத் தந்தையையும் தாயையும்கூடப் பலியிடத் தயங்காதவர்கள்தான் நம் அரசியலில் காலூன்றியிருக்கும் புதையல் வேட்டைக்காரர்கள்.

தமிழ்நாடு, கடந்த சில வாரங்களாக மலையாள ஊடகங்களில் அடிபடுவது தண்ணீர்ப் பிரச்சினை காரணமாகத்தான். தமிழ்நாடு 'தண்ணீர் கடத்துகிறது' என்பதே அரசியல் – கலாச்சாரவாதிகளின் குற்றச்சாட்டு. 'கடத்துவது' என்றால் யாருக்கும் தெரியாமல் கொண்டு போவது என்று அர்த்தம். ஆனால் இங்கே 'கடத்தல்' பிரயோகிக்கப்படுவது இரண்டு அர்த்தங்களில். பரம்பிக்குளம் – ஆழியாறு திட்டம் மூலமாகவும் முல்லைப் பெரியாறு திட்டம் மூலமாகவும் கேரளத்துடன் செய்துகொண்டிருக்கும் ஒப்பந்தப்படி தமிழ்நாடு கொண்டுபோகும் தண்ணீரையும் 'கடத்த'லாகத்தான் பார்க்கிறார்கள். அதற்குமேல்தான் தந்திரங்கள் செய்து தமிழ்நாடு களவாடுவதாகச் சொல்லப்படும் தண்ணீர். தமிழ்நாடு சட்டபூர்வமாகவும் அல்லாமலும் தண்ணீரைக் கொண்டுபோகிறது என்பதே என் நம்பிக்கை. இதற்குப் பின்னாலிருப்பது தண்ணீருக்குத் தமிழ் நாட்டில் மிகுந்த மதிப்புள்ளது என்ற அறிவு மட்டுமல்ல. கேரள அரசியல்வாதிகளையும் அதிகாரிகளையும் என்னுடைய உள்ளங்கையைப் போல எனக்குத் தெரியும் என்பதுதான் என்னுடைய உறுதியான நம்பிக்கைக்குக் காரணம். ஊழலும் லஞ்சமும் அவர்களுடைய மரபணுக்களிலேயே பதிந்திருக்கின்றன. மலையாளிகளின் தண்ணீரைக் 'கடத்த' தமிழ்நாட்டுக்கு உதவுவது மலையாளிகளின் சொந்த மந்திரிகளும் அதிகாரிகளும்தான் என்பதில் சந்தேகமே இல்லை. தண்ணீர்ப் பிரச்சினையில் லஞ்சமாகக் கொடுப்பதற்

காகத் தமிழ்நாடு ஒவ்வொரு ஆண்டும் சில கோடி ரூபாய்களை ஒதுக்கீடு செய்வதாகக் கேள்விப்பட்டிருக்கிறேன். ஆஹா! எவ்வளவு அழகான அண்டை மாநில நல்லுறவு. ஒரு விஷயத்தைத் தெரிந்து கொண்டால் எனக்குத் திருப்தி. எங்கள் அதிகாரிகளும் அமைச்சர் களும் லஞ்சம் வாங்குவதற்கு முன்னும் வாங்கிய பிறகும் எங்களை விரட்டுவார்கள்; காறி உமிழ்வார்கள். அதுமட்டு மல்ல, பல சமயங்களில் வாக்குறுதிகளை நிறைவேற்றவும் மாட்டார்கள். உங்களுடனும் அவர்கள் அப்படித்தான் நடந்து கொள்கிறார்களா? அல்லது நீங்கள் எங்களைவிட அதிர்ஷ்ட சாலிகளா?

தமிழ்நாடு தண்ணீர் கடத்துகிறது என்று கூச்சலிடுபவர் களிடம் நான் இரண்டு மூன்று விஷயங்களைச் சொல்லி வருகிறேன்:

1. கேரளத்திலுள்ள 40 நதிகளில் ஓடும் 7804 கோடி கன மீட்டர் நீரில் வெறும் 8 சதவீதம் மட்டுமே பொது மக்களின் உபயோகத்துக்கான நீர்ப்பாசனம், மின் உற்பத்தி, குடிநீர்த் திட்டங்களுக்காகப் பயன்படுத்தப்படுகிறது. மீதி 92 சதவீதம் தண்ணீரும் கடலிலும் காயல்களிலும் சென்று கலக்கிறது. தமிழ்நாடு கொண்டுபோகிற தண் ணீரைப் பற்றி யோசித்துத் தலையைப் புண்ணாக்கிக் கொள்வதற்குப் பதில், மலையாளிகள் செய்யவேண்டியது, தாங்கள் வீணாக்கும் 92 சதவீதத் தண்ணீரை எப்படிப் பயன்படுத்தலாம் என்று அறிவியல் அடிப்படையில் திட்டமிடுவதுதானே?

2. கேரளத்தில் தென்படுகிற கண்ணைப் பறிக்கும் வீடுகள் உண்மையில் மலையாளிகளின் நாற்பது நதிகளைக் கொன்று கட்டப்பட்டவை. மலையாளிகளின் ஆடம்பர வீடுகளுக்காக மணல் வாரி நாற்பது நதிகளும் ஆயிரக் கணக்கான ஆறுகளும் இன்று வெறும் எலும்புக்கூடுகளாக மாறியிருக்கின்றன. அவற்றில் மீண்டும் மணல் நிரம்பினால் கோடிக்கணக்கிலான கனமீட்டர் நீர் இந்த நதிப் படுகை களின் நிலத்தடியில் ஊறி நிரம்பும். ஆனால் சாராய மாஃபியாவைவிடவும் போதை மருந்து மாஃபியாவை விடவும் மணல் மாஃபியா வலுவானது. அதில் ஆளும் கட்சிக்கும் எதிர்க்கட்சிக்கும் பங்குண்டு. போலீஸுக்கும் நீதிமன்றத்திற்கும் பங்குண்டு. மந்திரிக்கும் எம்.எல்.ஏ. வுக்கும் எம்.பி.க்கும் பங்குண்டு. புரோகிதருக்கும் பூசாரிக் கும் பங்குண்டு. பிராமணர்களுக்கும் தலித்துகளுக்கும் பங்குண்டு. கிறிஸ்தவர்களுக்கும் முஸ்லிம்களுக்கும் பங் குண்டு. பிறகு என்ன செய்வது?

3. மலையாளி உண்ணும் சோறும் குழம்புக்குக் காய்கறியும் தின்னும் பழமும் பூஜைக்கு மலர்களும் அவ்வளவு ஏன், வெறும் கறிவேப்பிலைவரையிலும் தமிழ்நாட்டிலிருந்து தான் வருகின்றன. அங்குள்ள விவசாயிகள் 'மலையாளிக' ளின் தண்ணீரைப் பயன்படுத்தி நடத்துகிற வேளாண்மை யிலிருந்துதான் இவை அனைத்தும் உற்பத்தியாகின்றன. வியர்வை சிந்தி இவற்றில் எதையும் சாகுபடி செய்ய மலையாளி தயாரில்லை. அவனுக்கு வேண்டியது துவைத்துப் பெட்டி போட்ட சட்டையணிந்து ஒரு மேஜைக்குப் பின்னால் வேலை செய்யாத ஊழியனாக உட்கார்ந் திருப்பதுதான். அப்புறம் ஒரு கையில் சம்பளமும் மறு கையில் கிம்பளமும் வாங்குவது. உண்மையில் மலையாளி தனது எதிர்காலத்துக்காகச் செய்யவேண்டியது, அவன் பாழாக்குகிற 92 சதவீதத் தண்ணீரில் தமிழ்நாட்டிலுள்ள உழைப்பாளிகளான விவசாயிகளுக்கு அதிகளவு நீரைக் கொடுத்து அதற்குரிய நியாயமான விலையை வாங்குவதும் தனக்கில்லாத அரிசி, காய்கறி, பழங்களைத் தரமானதாகக் குறைந்த விலைக்கு அவர்களிடமிருந்து கிடைக்க உறுதி செய்வதும்தானே!

ஆனால் இன்று நடப்பது என்ன? தமிழ்நாடு தண்ணீரைக் கொண்டுபோகிறது. பணம் மந்திரிகள் அதிகாரிகளின் சட்டைப் பைகளுக்குள் செல்கிறது. தமிழ் நாட்டிலிருந்து கிடைப்பதோ தரம் குறைந்த, சுவையில்லாத, கலப்படமான, பூச்சிக்கொல்லி விஷத்தில் ஊறிப்போன விளைபொருட்கள். கொடும் நோய்களின் பெரும் கூடாரமாகக் கேரளம் இன்று மாறியிருப்பதன் முக்கியக் காரணம் இதுவே என்று நம்புகிறேன். முறைகேடாகக் 'கடத்திக்' கொடுக்கும் தண்ணீருக்குத் திரும்பக் கிடைப்பது விஷமும் கலப்படமும் கல்லும் எச்சமும்தான். அப்படியானால் கடவுள் இருக்கத்தான் செய்கிறார் இல்லையா? சாமி சரணம்.

இதழ் 53, மே 2004

மலையாள ரகசியங்கள்

மலையாள மொழியின் இன்றைய நிலை, தமிழ்ச் சகோதரி சகோதரர்கள் புரிந்துகொள்ள வேண்டிய ஒன்றாக எனக்குத் தோன்றுகிறது. வரலாற்று நோக்கில், தமிழிலிருந்துதான் மலையாளம் உருவானது என்பதில் சந்தேகமில்லை. ஆனால், இடைக்காலக் கன்னடத்தைச் சேர்ந்த அக்கமகாதேவி போன்ற கவிஞர்களைப் படிக்கும் போது, மலையாளத்துக்கு இரண்டு அன்னையருண்டோ என்று தோன்றும். மலையாளத்துடன் அந்தக் காலத்துக் கன்னடம் அந்த அளவுக்கு நெருக்கம் கொண்டிருக்கிறது. எதுவானாலும், பழைய மொழியுடன் காலப்போக்கில் ஏராளமான சமஸ்கிருதம், கொஞ்சம் அரபி, போர்த்துக்கீஸ், டச்சு, ஆங்கிலம் எல்லாமும் கலந்து இன்று நாம் அறிந் திருக்கும் மலையாளம் உருவாகியிருக்கிறது.

மலையாள உரைநடை உருவாகிக் குறுகிய காலமே ஆகியுள்ளது. இருபதாம் நூற்றாண்டின் தொடக்கத்தில் தான் சி.வி. ராமன்பிள்ளை மலையாளத்தின் முதல் நாவலான 'மார்த்தாண்டவர்மா'வை எழுதுகிறார். அதற்கு முன்பு எல்லாம் கவிதை மயம். மேற்கத்திய போதகர்கள் தான் உரைநடையை உருவாக்கிப் பயன்படுத்தத் தொடங்கினர். மதப்பிரச்சாரம் செய்வதே அவர்களது நோக்கம். போதகர்கள்தான் முதன்முதலாக 18, 19ஆம் நூற்றாண்டுகளில் செய்திப் பத்திரிகைகளையும் ஆரம்பித் தார்கள். மதத்தைப் பற்றியவையே பிரதானமான செய்திகள். ஒருவேளை, இந்தியாவிலேயே முதலாவது வெளிநாட்டுப் பயணக் கட்டுரையும் மலையாளத்தின் 'இலட்சணம் பொருந்திய முதல் உரைநடை நூலுமான 'வர்த்தமான

புஸ்தகத்'தை மத்தியத் திருவிதாங்கூர்க் காரரான கிறித்தவப் பாதிரியார் பாறமேக்கல் தோமா கத்தனார் பதினெட்டாம் நூற்றாண்டில் எழுதினார். கேரளத்தில் அன்று வாழ்ந்த உள்ளூர்க் கிறித்தவர்களைப் போர்த்துக்கீசிய போதகர்கள் துன்புறுத்தி யதையும் அடக்குமுறைக்கு ஆளாக்கியதையும் பற்றிப் போப் பாண்டவரிடம் புகார் செய்வதற்காகத் தோமா கத்தனார் கப்பலேறிப் போன கதை அது. கழுதை மேலேறிக் கொல்லம், குளச்சல் தாண்டித் தமிழ்நாட்டின் கிழக்குக் கடற்கரை வழியே, பாண்டிச்சேரியில் ஆங்கிலேயருக்கும் பிரெஞ்சுக்காரர்களுக்கும் நடக்கும் உக்கிரமான யுத்தத்துக்கு நடுவில் சென்னை சென்று ஆசாமி கப்பலேறினார். ஏறத்தாழ ஒன்றரை வருடத்தில் லிஸ்பன் துறைமுகத்தை அடைந்தார். அங்கிருந்து குதிரையேறியும் படகேறியும் ரோமை அடைந்தார். போப்பாண்டவரின் ராஜ ஆடம்பரத்தையும் அகங்காரத்தையும் பார்த்து, இன்றைய கத்தோலிக்க புரோகிதர் எவரும் வெளிப்படையாகச் சொல்லத் துணியாத ஓர் அபிப்பிராயத்தைக் கத்தனார் பதிவு செய்திருக் கிறார்: 'இத்தனை மட்டரகமான மனிதனா சபையின் தலைவ னென்றும் யேசுவின் பிரதிநிதியென்றும் நாம் போற்றுகிற போப்பாண்டவர்?'

இன்று நடைமுறையிலுள்ள மலையாள எழுத்துகளின் முதல் வடிவம் ஐரோப்பாவில் கல் அச்சில் உருவாக்கப்பட்டது; மலையாள பைபிள் அச்சிடுவதற்காக அது அங்கிருந்து கொச்சி வந்துசேர்ந்தது. அப்போதெல்லாம் மொழியின் தந்தையான (பாஷா பிதா) எழுத்தச்சனின் மலையாள இராமாயணமும் மலையாள மகாபாரதமும் தறவாடுகளில் ஓலைச்சுவடிகளிலேயே முடங்கிக்கிடந்தன. மொழியின் தந்தை என்று எழுத்தச்சனைச் சொன்னாலும் அவர் மலையாளக் கவிதையின் தந்தை மட்டுமே. வாழும் மொழியாக மலையாளத்தை இன்றும் நிலைநிறுத்தும் உரைநடையின் பிறப்பில் அவருக்குப் பங்கில்லை. உரைநடைக்குத் தகப்பன்மார் ஏராளம் என்பதே உண்மை. கில்லாடியான கள்ளச் சந்ததியினர் வேண்டுமென்றால் அச்சு மை புரண்ட காகிதத்தில்தான் அதன் பிறப்பு என்றும் சொல்லிக்கொள்ளலாம். தகப்பன் ஸ்தானத்தில் அணிவகுத்து நிற்பவர்கள் சுதேசிகளும் அதைவிட அதிகம் விதேசிகளும். சுருக்கமாகச் சொன்னால் உரைநடை நவீனத்துவத்தின் குழந்தை. அதற்கு ஆரம்பம் முதலே ஒரு காஸ்மோபாலிடன் இயல்பு உருவாகியிருந்திருக்கிறது. ஆனால் ஒரு துர்ப்பாக்கியம் நிகழ்ந்தது.

இருபதாம் நூற்றாண்டின் முதல் பதிற்றாண்டுகளில்தான் அச்சாக்கம் மலையாளத்தில் பிரபலமானது. அப்படியாக மலை யாளத்தில் 'இலக்கியம்' பிறந்தது. ஓலைச் சுவடிகளிலிருந்து வெளியேறிக் காகிதத்தின் வெகுமக்கள் தன்மைக்குள் புகுந்ததோடு

'இலக்கியம்' எல்லோருக்கும் கைக்கெட்டும் ஒன்றாயிற்று. ஆனால் சாதியமைப்பின் பலத்தில் சமஸ்கிருத நிபுணர்களான உயர் வகுப்பினர் தமது பிடியை இறுக்கினர். கவிதையே 'மகத்தான' இலக்கியமாயிற்று. 'உரைநடை' சூத்திரனாயிற்று. அப்போது உரைநடை என்ன செய்தது? மகத்துவம் கைவரப் பெறுவதற்காகக் கவிதையின் ஒப்பனைகளை அணிந்துகொள்ளத் தொடங்கியது. அப்படியாக இருபதாம் நூற்றாண்டு மலையாள உரைநடைக்குப் பைத்தியம் பிடிக்கத் தொடங்கியது. பெண்வேஷம் கட்டி ஆடுகிற ஆணைப் போல அது ஆனது. நல்ல உரைநடை என்றால் கவிதை 'போல' இருக்க வேண்டும் என்ற நிலை ஏற்பட்டது. தமிழ் வாசகர்கள் நம்புவார்களா என்று தெரியவில்லை! இந்த 2004ஆம் ஆண்டிலும் உரைநடை நூல்களுக்கு விமர்சகர்கள் எழுதும் மிக உயர்ந்த பாராட்டுகளில் ஒன்று, "மொழி கவித்துவ மானது" என்பதே. இந்த இரண்டும்கெட்டான் உரைநடைக்குத் தான் மலையாளத்தில் இன்றும் கூடுதல் மரியாதை. கவிதை யின் வழக்கமான உவமைகள், அடைமொழிகள், அலங்கார வார்த்தைகள், உயர்வு நவிற்சி, உணர்ச்சிக் கொந்தளிப்பு இவை எல்லாம் கலந்து திகட்டுகிற இனிப்புப் பாயாசத்தைத்தான் மலையாள உரைநடை என்ற பெயரில் பின்நவீனத்துவவாதிகள் என்று சொல்லப்படுபவர்கள்கூட எழுதிக்கொண்டிருக்கிறார்கள்.

கவிதையின் முந்தானையைப் பிடித்துத் தொங்கிக்கொண் டிருந்ததால் உரைநடை வளர முடியவில்லை. அது மரபுசார்ந்த கவிதையின் குறுகிய உணர்வுகளிலும் அனுபவப் பிரதேசங்களிலும் கிடந்து உழன்றது. அறிவும் சிந்தனையும் சார்ந்த, தேடல் சார்ந்த ஒரு துறையை உருவாக்க முடியாமல் போயிற்று. அறிவும் சிந்தனையும் தத்துவமும் தேவைப்படுபவர்களின் வாசிப்பு ஆங்கிலத்துக்குக் குடியேறியது. கேரளத்திலுள்ள பெரும் பதிப்பாளர்களின் புத்தக வெளியீட்டுப் பட்டியலை எடுத்துப் பாருங்கள். நூறு பக்கமிருந்தால் அதில் 95 பக்கமும் நாவல், கதை, கவிதை போன்ற இலக்கிய சமாச்சாரங்களே நிறைந் திருக்கும். மிச்சமிருக்கிற 5 பக்கங்களில்தான் சரித்திரம், தத்துவம், அறிவியல் சிந்தனை எல்லாமும். மலையாளிகளுக்கு எழுத்தறிவு உண்டு; கல்வியறிவு கிடையாது என்பது இதனால்தான். எந்தச் சமூகமாவது இலக்கியத்தால் மட்டும் கஞ்சி குடிப்பதாகக் கேட்டதுண்டா? மலையாளிக்குக் கஞ்சி இல்லாமல் போனதன் முக்கியக் காரணங்களில் ஒன்று மொழியை இலக்கியத்தின் கவர்ச்சியான வாக்குறுதிகளில் சிக்க வைத்ததுதான். அதன் மூலம் வேறு வேலைகள் எதையும் செய்யவிடவில்லை. மலை யாளத்தில் 'அறிவுஜீவி' என்றால் கவிதையும் நாவலும் கதையும் வாசிப்பவன், எழுதுபவன் என்றே பொருள். அறிவு, யுக்தி, சிந்தனை, ஆய்வு, தேடல், விசாரணை எல்லாவற்றையும் அவன்

கதையிலும் கவிதையிலும் ஒதுக்கிவிடுவான். ஒரு கருணாகரனும் ஆண்டனியும் காலாவதியான ஸ்டாலினிசமும் அமிர்தானந்த மயியின் வெற்றுச் சர்க்கரை வார்த்தைகளும் மலையாளிகளைப் பந்தாட முடிவதன் காரணமும் இவைதான். நர்சரியில் சேருகிற மூன்றரை வயது மலையாளிக் குழந்தை 'அ... ஆ... இ... ஈ' என்று கற்றுக்கொள்வதற்குப் பதில் 'ஏ... பி... சி... டி' என்று படிப்பதும் இதனால்தான்.

அப்படியானால் மலையாளத்தால் கஞ்சி குடிப்பவர்கள் யாருமில்லையா? இருக்கிறார்கள். சிலர் இருக்கிறார்கள். 1. மலையாள ஆசிரியர்கள், 2. எழுத்தாளர்கள், 3. ஊடக உரிமையாளர்களும் ஊடகப் பணியாளர்களும். 4. அரசியல் வாதிகள், 5. மதங்கள்.

ஆசிரியர்களுக்குச் சம்பளம் கிடைக்கிறது. அவர்களில் பெரும்பான்மையோர் இயந்திரத்தனமாக மொழியைக் கற்பித்துப் பொறுப்பைத் தீர்க்கிறார்கள். எழுதிப் பிழைப்பது எளிதல்ல. எனினும் மலையாள எழுத்தாளர்களின் வாழ்க்கை சுபிட்சம் தான். ஊடக முதலாளிகள்தான் இன்று கேரளத்தில் பெரும் தனியுடைமையாளர்கள். ஊடகப் பணியாளர்கள் சம்பளம் மட்டுமல்ல; ஏராளமான சலுகைகளும் பெறுகிறார்கள். ஹிந்து, கிறித்தவ, இசுலாமிய மதங்களும் அவற்றின் சூழலில் வேரோடும் வெவ்வேறு ஆன்மீக இயக்கங்களும் குருக்களும் மலையாளத் தால் பிழைப்பவர்கள். இசுலாமில் அரபு மொழியும் இந்து மதத்தில் சமஸ்கிருதமும் பயன்படுத்தப்படுகின்றன. ஆனாலும் விசுவாசிகளைப் பிடித்துக்கட்ட மலையாளக் கயிறு வேண்டும்.

மலையாளம் மூலம் சாம்ராஜ்ஜியங்களையே வென்றெடுப் பது அரசியல்வாதிகள்தான். அவர்களைவிட வாழ்க்கை வெற்றி களுக்காக மலையாள மொழியைப் பயன்படுத்துபவர்கள் வேறு எவருமில்லை. அவர்களுடைய நல்ல பகுதியையும் சொல்ல வேண்டுமில்லையா! என்னுடைய அபிப்பிராயத்தில், கேரளத்தில் மிகக் காரியார்த்தமாகவும் எளிமையாகவும் பயன்பாட்டு நோக்கிலும் மலையாளத்தைப் பயன்படுத்துபவர்கள் அரசியல் வாதிகள் மட்டுமே. அவர்கள் சொல்வதெல்லாம் பச்சைப் புளுகுகளாக இருக்கலாம். ஆனால் அதைச் சரியாகச் சொல்ல அவர்களுக்குத் தெரியும். கேரளத்தில் அதிகாரத்தின் உண்மையான மொழி மலையாளம்தான் என்று அவர்களுக்கு நன்றாகத் தெரியும். ஆங்கிலத்தில் பேசி கேரளத்தில் ஒரு தேர்தலில் வெற்றி பெற முடியுமா? (இரண்டு மூன்று பேர் அப்படியும் செய்ததுண்டு. வி.கே. கிருஷ்ணமேனோன், மலபாரில் முஸ்லிம் லீக் நாடாளுமன்ற வேட்பாளர்களாகப் போட்டியிட்டுத் தொடர்ந்து வெற்றி பெற்ற மகாராஷ்டிர மாநிலத்தைச் சேர்ந்த

அரபிக் கடலோரம்

இப்ராஹிம் சுலைமான் சேட், ஜி.எம். பனாத்வாலா போன்றவர்கள். இதில் கடைசி இருவரும் வேட்பு மனு தாக்கல் செய்ய மட்டுமே தொகுதிக்கு வந்திருந்தார்களாம். சொற்பொழிவிலோ வேறு நடவடிக்கைகளிலோ ஈடுபட்டு மெனக்கெட்டதில்லை.) மலையாளிகளிடம் மலையாளத்தில் பேசினால் மட்டுமே அவர்களை அதிகாரம் செய்ய முடியும். மலையாளமே கேரளத்தில் அதிகார சாம்ராஜ்ஜியத்தின் திறவுகோல். அரசியல்வாதிகள் அதன் பாதுகாவலர்கள்.

அப்படியானால் ஆங்கில மீடியம் பள்ளிகள் எதற்கு என்று கேட்கலாம்! அவற்றின் நோக்கம் மலையாளிகள் கேரளத்திலிருந்து ஏற்றுமதியாவதற்கான பாஸ்போர்ட் தயார் செய்வதே. ஐம்பத்தைந்து வருடங்களாக அரசியல்வாதிகள் இங்கே உருவாக்கி வைத்திருக்கும் வேலையில்லா நரகத்திலிருந்து வெளியேற ஆங்கிலம்தான் அவர்களது பாஸ்போர்ட். தவிர இந்தியாவின் நகர்ப்புற மத்திய வர்க்கம், உயர் மத்திய வர்க்கங்களின் அதிகாரத் தட்டுகளில் பங்கேற்க ஆங்கிலம் அவசியம்.

ஆங்கில மீடியம் பிள்ளைகளிடமிருந்துதான் ஐ. ஏ. எஸ். காரர்கள் வருகிறார்கள். இந்திய மத்திய வர்க்கம் சொர்க்கத்துக்குச் சமமாகக் கருதுகிற ஒரு பதவி – ஐ. ஏ. எஸ். அவர்கள் கேரளத்துக்குத் திரும்ப வரும்போதுதான் விஷயங்கள் விநோதமாகின்றன. ஆங்கில மேலாதிக்கம் குப்புறக் கவிழ்கிறது. இரண்டு வார்த்தை பொட்டை இங்கிலீஷைவிட்டால் மீதி மலையாளம் மட்டுமே தெரிந்த, எட்டாம் வகுப்பும் குஸ்தியும் கற்று வைத்திருக்கிற அரசியல்வாதியின் தாசானுதாசனாக ஐ. ஏ. எஸ். சொர்க்கவாசி மாறிவிடுகிறான். நாட்டு மொழியின் மாயாஜாலம் இது. மலையாளம் செத்துப்போகுமா என்று கேட்பவர்களிடம் நான் சொல்லும் பதில் இதுதான்: கேரளத்தில் அரசியல் இருக்கும் காலம்வரை மலையாளம் சாகாது.

விநோதமான இன்னொரு பக்கமும் இருக்கிறது. மலையாளமே ஆட்சி மொழி என்பது நியதி. ஆனால், முக்காற்பங்கு அரசுப் பணிகள் நடைபெறுவது ஆங்கிலத்தில்தான். அதிகாரிகளிடமிருக்கிறது இதன் இரகசியம். ஒருபக்கம், ஆங்கிலத்தைக் காட்டித்தான் அவர்கள் மந்திரிகளை விரட்டுகிறார்கள். மறுபக்கம், சாதாரண மக்களை ஏமாற்றவும் சிரமப்படுத்தவும் அவர்கள் ஆங்கிலத்தையே பயன்படுத்துகிறார்கள். அப்படியாக, அதிகாரிகள் ஆங்கிலத்தை உபயோகித்துத் தங்களது காட்டாட்சி, ஊழல், பொறுப்பின்மையின் சாம்ராஜ்ஜியத்தைப் பாதுகாக்கிறார்கள். எல்லாம் வெளியே சொல்லக்கூடிய இரகசியங்களல்ல. எனினும், நாம் அண்டை வீட்டுக்காரர்களாயிற்றே, பரவாயில்லை.

இதழ் 55, ஜூலை 2004

ஒரு மலையாளத் துயரக் கதை

மலையாளிகளான நாங்கள் இங்கே அனுபவிப்பதைப் போன்ற முடிவில்லாத சித்திரவதைகளைத் தமிழ் மக்கள் அவர்களது அறிவுஜீவிகளிடமிருந்தும் அரசியல் வாதிகளிடமிருந்தும் அனுபவிக்கிறார்களோ என்னவோ தெரியவில்லை. தமிழ் அறிவுஜீவிகளும் அரசியல்வாதிகளும் கேரளத்தைப் போல மக்கள் விரோதிகள்தானா?

1968 முதல் தமிழ்நாட்டில் அடிக்கடிப் பயணம் செய்பவன் நான். தமிழ்நாட்டில் சின்னச் சின்ன உள் கிராமங்கள் கூட முன்னேறியிருப்பதாக மேலோட்டமான பார்வையில் எனக்குத் தோன்றியிருக்கிறது. சென்னை நகரத்தில் ஏற்பட்டிருக்கும் மாற்றங்கள் அற்புதமானவை – தண்ணீர் இல்லை என்ற பயமுறுத்தும் உண்மையைத் தவிர்த்து விட்டால். கேரளத்தை வைத்துப் பார்க்கும் போது சென்னை தண்ணீர்ப் பஞ்சம் யாரோ மனப்பூர்வமாக உருவாக்கிய தாகவே இருக்க வேண்டும். தண்ணீர் வியாபாரத்தில் அவர்கள் கோடிக்கணக்கில் சம்பாதிக்கிறார்கள்.

சென்னைத் தண்ணீர்ப் பஞ்சத்தை அப்படி யாராவது திட்டமிட்டுச் செய்திருந்தால் இதற்குள் எத்தனை ஆயிரம் கோடிகள் சம்பாதித்திருப்பார்கள்!

கறுப்பு ரிப்பன்கள் போலப் புதிய நெடுஞ்சாலைகள் தமிழ்நாட்டின் மூலைமுடுக்குகளையும் இணைப்பதைப் பார்க்கிறேன். பன்னாட்டு நிறுவனங்கள் பெரும் தொழிற் சாலைகளை நிறுவி ஆள்களுக்கு வேலை கொடுப்பதையும் பார்க்கிறேன். என்னை மிகவும் மகிழ்ச்சிக்குள்ளாக்குவது தமிழகத்தின் சிறு கிராமங்கள் வழியாகப் பயணம் செய்யும்

போது தென்படும் பள்ளி மாணவர்களின் அபரிமிதமான பிரவாகம்தான். முன்பு கேரளத்தில் கண்டிருந்ததுபோலச் சமர்த்துக் குழந்தைகளின் அலைகள் பேருந்துகளில் மோது கின்றன; தெரு விளிம்புகளைக் கடந்து பாய்கின்றன. வெளியி லிருந்து பார்க்கும் என்னைப் போன்ற ஒரு பார்வையாளனைப் பொறுத்தவரை, தமிழ்நாட்டின் எதிர்காலம் அழியாத எழுத்து களில் எழுதப்பட்டிருப்பது இந்தச் சின்னச் சின்ன முகங்களில் தான். கல்வித்துறையில் நேர்ந்த இந்தப் பாய்ச்சலை நிகழ்த்தியது யார்? அவரை அல்லது அந்த அமைப்பைப் பூத்தூவி வழிபட வேண்டும்.

என் முதல் கேள்வியின் தேவை இங்கேதான். முன்பு கேரளத்திலும் இதுபோன்ற பாய்ச்சல்களும் உயரம் தேடுதல் களும் வளர்ச்சியும் சாத்தியமாக இருந்தன. முன்னோடி மாநில மாக முன்பு கேரளம் வளர்ந்ததும் இந்த உளவியலின் பலத்தில் தான். ஆனால், இன்று கேரளத்தில் புதியதொரு அறிவுஜீவிதமும் அரசியலும் வளர்ந்து வந்திருக்கின்றன. அவற்றின் முழுநேர வேலை எல்லாவித முன்னேற்றத்தையும் வளர்ச்சியையும் திருப்பு வழிகளையும் எல்லாப் பக்கங்களிலிருந்தும் தடைசெய்வது என்பதே.

இதற்காக அவர்கள் கண்டுபிடித்திருக்கும் வழி, எந்த வளர்ச்சித் திட்டத்தையும் உலகமயமாக்கல் என்ற அற்புத ராட்சசனின் துர்ப்புத்தியில் மலையாளிகளை ஒழிக்க உருவான சதியாலோசனை என்று நம்பவைப்பதுதான். உதாரணமாக, கேரளத்தைத் தெற்கு வடக்காக இணைக்கும் அதிவேக நெடுஞ்சாலை என்ற திட்டம் பரிசீலனையிலிருக்கிறது. அதற்கெதிராக அணிதிரண்டிருக்கும் அரசியல்வாதிகள், அறிவுஜீவிகளின் வரிசையைப் பார்த்தால் நாம் விக்கித்துப் போய்விடுவோம். நெடுஞ்சாலை கேரளத்தை இரண்டாகப் பிளவுபடுத்திவிடும்; சாலை தனவந்தர்களுக்கானது; சுற்றுச்சூழல் நாசமடையும்; குடும்பங்கள் இடம் பெயர்க்கப் படும் – என்ற வாதங்களோடு 'உலகமயமாக்கல்', 'ஏகாதிபத்தியம்', 'காலனியாதிக்கம்' ஆகிய சொற்களையும் பயன்படுத்துகிறார்கள். அப்போதுதான் கலவை சரியாகும். இந்தக் கலவையை வாங்கிப் பயன்படுத்தாத அறிவுஜீவி / அரசியல்வாதி / சமூகப் பணியாளர் ஆகியோருக்கு 'விலக்கு' கற்பிக்கப்படுகிறது.

நல்ல சாலைகள் இதுவரை எந்தச் சமூகத்தையும் நாச மாக்கியதாக எனக்குத் தெரியவில்லை. மாறாக சாலைகள்தாம் வரலாற்றுக்கு முந்திய காலம் தொட்டுக் கலாச்சாரங்களுக்கு வழி திறந்துவிட்டிருப்பவை. மௌரிய, குப்த, முகலாயக் கட்டங்கள் முதல் இந்திய வரலாற்றில் முக்கிய நிகழ்ச்சியாக எடுத்துச் சொல்லப்படுவது 'சாலை அமைத்தல்' பற்றித்தான். அறிவு

ஜீவிகள் சொல்வதுபோலப் புதிய பாதை கேரளத்தின் முகத் தோற்றத்தை மாற்றிவிடும் என்பது சரியே. ஆனால் பழைய முகத்தோற்றத்துடனேயே எல்லாக் காலமும் தொடர வேண்டும் என்ற முரட்டுப் பிடிவாதம் எத்தகைய குருட்டுத் தனம்!

புதிய நெடுஞ்சாலை மூலம் அதிவேகப் போக்குவரத்துச் சாத்தியமாகும். அது சாதாரண மக்களுக்கு அவசியமில்லை என்பது ஓர் அதிசயவாதம்! இவர்கள் சாதாரண மக்களை எவ்வளவு தரம்தாழ்த்துகிறார்கள்! சாதாரண மக்களும் அறிவு ஜீவிகளைப் போல மெத்தனமானவர்கள், வாழ்க்கைத் துடிப் பில்லாதவர்கள் என்று கருதுகிறார்களோ?

வேகமான போக்குவரத்து சாதாரண மக்களுக்குத் தேவை யில்லையென்றால் இன்றுள்ள நெடுஞ்சாலைகளில் பஸ்களும் கார்களும் மரண நெருக்கடியுடன் பாய்வது எதற்காக? அவற்றில் ஆள்கள் நெருக்கியடிப்பது எதற்காக? இந்தியாவிலேயே மிக அதிகமான எண்ணிக்கையில் சாலை விபத்துகள் கேரளத்தில் நிகழ்வது ஏன்? (அவற்றில் ஆண்டுக்குச் சுமார் 25000 பேர் உயிர் துறப்பதேன்?) வேகமான போக்குவரத்தைத் தடுக்க விரும்புபவர்கள், முதலில் செய்ய வேண்டியது அதிவேகக் கார் களையும் பிற வாகனங்களையும் கேரளத்துக்குள் வராமல் தடுப்பதுதான். மாட்டு வண்டிப் பாணியில் சந்தோஷமாக நாம் வாழலாமே! ஆனால் அசாதாரணமானவர்களல்ல; சாதாரண மலையாளிகள்தான் இங்குள்ள வளைந்து நெளிந்த குறுகிய சாலைகளில் தினந்தோறும் ஆயிரக்கணக்கில் கார்களிலும் லாரி களிலும் மோட்டார் சைக்கிள்களிலுமாக வந்துபோகிறார்கள். அதே சமயம், அறிவுஜீவிகள் மற்றும் அரசியல்வாதிகளால் புத்தம் புதுக் கார்களோ வேகமான அமைப்புகளோ இல்லாமல் ஒரு நிமிடம்கூட இருக்க முடியாது.

இதுபோன்ற பிறவிகள் தமிழ்நாட்டிலும் உண்டா?

இப்படி நாட்டின் நன்மையைத் தடுப்பதால் அவர்கள் அடைவதென்ன என நீங்கள் கேட்கலாம்.

அதற்கான பதில் சுவாரசியமானது. இத்தகைய அறிவு ஜீவிகளும் அரசியல்வாதிகளும் கேரளத்தின் வளர்ச்சியின்மை யையும் மந்தத்தையும் மூலதனமாகக் கொண்டு பிழைப்ப வர்கள் – தண்ணீர்ப் பஞ்சத்தை நீடிக்கச்செய்து அதிலிருந்து ஆதாயமடையும் நபர்களைப் போல. கேரளச் சமூகத்தில் இவர்கள் ஏற்படுத்தியிருக்கும் செல்வாக்கும் அதிகாரமுமுள்ள மையங்களுக்கு அதிர்வு உண்டாக்கும் எதையும் இவர்கள் அனுமதிக்க மாட்டார்கள். கேரளமென்னும் மரணத் தறுவாயை

எட்டியுள்ள கறவை மாட்டின் மடியில் பால் வற்றிவிட்டது. ஆனால், வேறு எங்கே கசக்கி, அறுத்துப் பாலையும் ரத்தத்தையும் பிழிந்தெடுக்கலாம் என்பது அவர்களுக்குத் துல்லியமாகத் தெரியும். இந்தப் பசுவுக்கு ஒரு பிடி புல்லைக் கொடுக்க அவர்கள் அனுமதித்தால் அதன் அர்த்தம் அவர்களுக்கும் பங்கு வேண்டும் என்பதுதான்.

அவர்களது அடிப்படையான பயம் கேரளம் பிடிநழுவிப் போய்விடுமோ என்பதுதான். இயங்குவதும் நடைமுறைச் சாத்திய முள்ளதும் பயன்பாட்டை முதன்மையாகக் கொண்டதுமான ஒரு பொருளாதாரச் சூழல் இங்கே நடைமுறைக்கு வந்தால் இவர்களது முகமூடிகள் வெளிப்பட்டுவிடும் என்ற அச்சம். இந்தச் சமூக விரோத வரிசையில் பொதுத்துறை அதிகாரிகள், அரசு ஊழியர்கள், ஊடகப் பணியாளர்கள், எழுத்தாளர்கள், இடதுசாரிகள், மதங்கள் எல்லோருமுண்டு. சங்கப் பரிவாரமும் சி. பி. எம்.மும் கைகோர்த்து நடனமாடுகிற அதிசயக் காட்சி யையும் இந்த மேடைகளில் காணலாம்.

தமிழ்நாடு வளர்ச்சியடைந்துகொண்டிருக்கும் இந்தச் சூழ்நிலையில் அனுபவஸ்தனான இந்த மலையாளியின் முன் னறிவிப்பைக் கேட்க வேண்டும் என்று வேண்டிக்கொள்கிறேன் – இதுபோன்ற ஜீவிகள் பெருகுவதற்குச் சம்மதியாதீர்கள். தமிழ் நாட்டை நிற்குமிடத்திலேயே நிறுத்திக்கொண்டிருக்க எவரையும் அனுமதியாதீர்கள்.

இதழ் 58, அக்டோபர் 2004

வை ராஜா வை

இந்தக் குறிப்பு தமிழில் வெளியாவதற்குள் இதில் சொல்லப்படும் விஷயங்கள் எந்தவிதமாக மாறிப் போயிருக்குமென்று முன்கூட்டியே சொல்ல முடியாது. இப்போதைய, அதாவது 2004 நவம்பர் 7ஆம் தேதியில் நிலைமை இப்படி:

கேரளத்தில் எல்லா உதடுகளிலும் ஒரேயொரு விவாத விஷயம் மட்டுமே அது. மந்திரி குஞ்ஞாலிக் குட்டி. குஞ்ஞாலிக்குட்டியை முன்னிட்டு முழுக்கேரளம் குலுங்கிப் புரண்டுகொண்டிருக்கிறது. பத்திரிகைகள், தொலைக்காட்சிகள், கலாச்சாரத் தளங்கள், அரசியல் வட்டங்கள், நாற்சந்திகள் – அதிகம் ஏன், வெளி நாட்டி லிருந்து வரும் தொலைபேசி அழைப்புகளில் கூடக் குஞ்ஞாலிக்குட்டிதான் முதல் விஷயம். கேரளத்தில் இன்று, இதைவிட வேறு முக்கியமான விஷயமிருப்பதாகத் தோன்றவில்லை.

தமிழ் வாசகர்களுக்காக, குஞ்ஞாலிக்குட்டி யார் என்று சுருக்கமாகச் சொல்கிறேன். கேரளத்தை ஆளும் காங்கிரஸ் தலைமையிலுள்ள கூட்டணி அமைச்சரவையில் தொழில்துறை அமைச்சர் குஞ்ஞாலிக்குட்டி. ஐம்பது வயதை நெருங்குபவர். கூட்டணி அமைச்சரவையில் அங்கமான முஸ்லிம் லீக்கின் நான்கு மந்திரிகளில் ஒருவர். இதற்கு முன்பும் அமைச்சராக இருந்தவர். கேரளத்தில் முஸ்லிம் லீக்கின் தலைவரான பாணக்காடு சிஹாப் செய்யதலி தங்ஙளை விட்டால், லீக்கின் மிக வலுவான தலைவர் குஞ்ஞாலிக் குட்டிதான் என்று சொல்லலாம்.

குஞ்ஞாலிக்குட்டி விவாதப் பொருளாகக் காரணம் என்ன? எட்டு, பத்து வருடங்களுக்கு முன்பு, கேரளத்தில் மார்க்ஸிஸ்ட் கட்சியின் தலைமையிலான கூட்டணி

அமைச்சரவை அதிகாரத்திலிருந்தபோது, கோழிக்கோட்டில் ஒரு பாலியல் தொழிலாளியின் வழக்கு நடைபெற்றது.

அங்கிருந்த ஒரு ஐஸ்கிரீம் பார்லரை மையமாகக் கொண்டு சில பெண்கள் பாலியல் தொழிலில் ஈடுபட்டதாக வழக்கு. வயதுக்கு வராத சிறுமிகளைப் பாலியல் தொழிலில் ஈடுபடுத்தினார்கள் என்பதுதான் வழக்கின் சட்டமுனை என்பதாக என் நினைவு. (இந்தியச் சட்டத்தின்படி, பாலியல் தொழில் நடத்துவது குற்றமல்ல என்பதே நான் புரிந்துகொண்டிருப்பது. தொழிலாளிகளை அதற்குள் கொண்டுவரும் முறையும் எங்கே தொழில் நடத்தப்படுகிறது என்பதும் வாடிக்கையாளர்களை வர வழைக்கும் முறையும்தான் Immoral Traffic (Prevention) Act 1956 இல் குறிப்பிடப்படுகின்றன.) வயதுக்கு வராத பெண்ணுடன் அவளுடைய சம்மதத்தின்பேரில் பாலியல் கொடுக்கல் – வாங்கல் நடத்தினாலும் அதைப் பாலியல் வன்முறையாகவே கருத வேண்டும் என்று சட்டம் அறிவுறுத்துகிறது. கைது செய்யப்பட்ட பெண்களைப் போலீஸ் விசாரணை செய்து அவர்களது தொழிலைப் பயன்படுத்திக்கொண்ட ஆண்களின் பெயர்களைத் திரட்டியது. அந்தப் பட்டியலில் பிரபலமான பலரது பெயர்களோடு குஞ்ஞாலிக்குட்டியின் பெயரும் இருந்தது. தொடர்ந்து நிகழ்ந்த செய்திக் கொந்தளிப்பில் பல முக்கியமான எதிர்காலங்கள் தகர்ந்தன; பல குடும்பங்கள் சிதைந்தன; ஊடகங்களின் பொற்காலம் சில நாள்கள் நீண்டது. நீதிமன்றத்தில் வழக்கு ஊர்ந்தும் ஊராமலும் செத்துக்கிடந்தும் இடையிடையே தலை தூக்கிக்கொண்டுமிருந்தது.

போலீஸுக்குக் கொடுத்த பட்டியலில் குஞ்ஞாலிக் குட்டி என்ற விருந்தாளியைச் சேர்த்திருந்த ரெஜினா என்னும் பெண் – அப்போது அவளுக்கு வயது பதினெட்டுக்கும் கீழே – நீதிமன்றத்தில் ஆஜரானபோது தனது வாக்குமூலத்தை மாற்றிச் சொன்னாள். காலப்போக்கில் குஞ்ஞாலிக்குட்டி குற்றத்திலிருந்து விடுபட்டார். வழக்கு இன்று முதன்மையாகச் சில பெண்களுக்கு எதிரானதாக மட்டுமாகவே நிலுவையிலிருக்கிறது. இடதுசாரி முன்னணி தேர்தலில் தோற்றது. காங்கிரஸ் முன்னணி அதிகாரத்துக்கு வந்தது. குஞ்ஞாலிக்குட்டி தொழில்துறை அமைச்சரானார்.

அந்த ரெஜினா சில நாட்களுக்கு முன்பு, அதாவது, எட்டு அல்லது பத்து வருடங்களுக்குப் பிறகு, ஊடகங்களுக்கு ஒரு பேட்டி கொடுத்தாள். மந்திரி குஞ்ஞாலிக் குட்டி தன்னுடைய நுகர்வோரில் ஒருவராக இருந்தாரென்றும் தனக்குத் தாராளமாகப் பணம் தந்ததாலேயே அதை மறுத்ததாகவும் சமீபகாலம் வரையிலும் குஞ்ஞாலிக்குட்டி தனக்குப் பணம் கொடுத்துக் கொண்டிருந்ததாகவும் தற்போது அதில் சில பிரச்சினைகள் ஏற்பட்டதனாலேயேதான் எல்லா விஷயங்களையும் வெளிப்படையாகச் சொல்லத் தீர்மானித்ததாகவும் ரெஜினா அந்தப் பேட்டியில் கூறினாள். இந்தச் சமயத்தில் குஞ்ஞாலிக்குட்டி

மெக்காவுக்குத் தீர்த்தயாத்திரை செல்ல விமானமேறிக் கொண்டிருந்தார். தொடர்ந்து நிகழ்ந்த செய்திக் கொந்தளிப்பு, நான் முன்பே குறிப்பிட்டதுபோலக் கேரளத்தைப் பிடித்து உலுக்கியது. மெக்காவிலிருந்து திரும்பிவந்த குஞ்ஞாலிக்குட்டியை வரவேற்பதற்காகக் கோழிக்கோடு விமான நிலையத்தில் திரண்டிருந்த முஸ்லிம் லீக் தொண்டர்களில் சிலர், அங்கே வந்த பெண்கள் உள்ளிட்ட ஊடகப் பணியாளர்களைத் தாக்கினார்கள். அது இன்னொரு கொந்தளிப்பை ஏற்படுத்தியது. இப்போது மகளிர் அமைப்புகளும் சமூகப் பணியாளர்களும் எழுத்தாளர்களும் ஆளும் முன்னணியிலுள்ள கோஷ்டிகளும் எதிர்க்கட்சிகளும் பிறரும் குஞ்ஞாலிக்குட்டி ராஜினாமாச் செய்ய வேண்டுமென்றும் குஞ்ஞாலிக் குட்டியைக் கைதுசெய்ய வேண்டுமென்றும் கேட்டுக்கொண்டிருக்கிறார்கள்.

குஞ்ஞாலிக்குட்டி ஒரு பத்திரிகையாளர் சந்திப்பை நடத்தி, தான் நிரபராதி என்பதற்கான ஆதாரங்களை வெளியிட்டு, தான் பதவி விலகப்போவதில்லை என்று தெரிவித்தார். இதற் கிடையில் பழைய தற்கொலை வழக்கு ஒன்றின் பேரில் ரெஜினா கைதுசெய்யப்பட்டு நீதிமன்றத்தில் ஆஜராக்கப்பட்டாள். நீதி மன்றம் ரெஜினாவுக்கு ஜாமீன் கொடுத்தது. ரெஜினா இன் னொன்றும் செய்தாள். சமீபத்தில் ஊடகங்களிடம் தான் வெளிப்படுத்திய எல்லாவற்றையும் அவள் நீதிமன்றத்தின் முன்னிலையில் மறுத்தாள். அதாவது நான்காம் முறையாக வாக்குமூலத்தை மாற்றினாள்.

இப்படியாக இருக்கிறது இப்போது சம்பவங்களின் இருப்பும் நடப்பும். மலையாளிகள் ஒட்டுமொத்தமாகக் குஞ்ஞாலிக் குட்டியை உற்றுப் பார்த்துக்கொண்டிருக்கிறார்கள். பத்திரிகை களின் விற்பனை அதிகரித்திருக்கிறது. சானல்களின் பார்வை யாளர் விகித வரைபடத்தின் உச்சிகள் ஏறிக்கொண்டிருக்கின்றன. ஆக, ஒரு கொண்டாட்ட அலை. கேரளம் முழுவதும் ஓர் உணர்ச்சிகரமான திரைப்படம் பார்ப்பதுபோன்ற தோற்றம்.

இதுபோன்ற ஒரு சம்பவத்தைத் தமிழ்நாட்டு ஊடகங்களும் சமூகமும் எப்படிக் கையாளும் என்று எனக்குத் தெரியாது. பாலியல் ஒழுக்கத்தைத் தமிழ்க் குடிமக்கள் எப்படி அணுகு வார்கள் என்றும் எனக்குத் தெரியாது. இந்தியாவில் பாலியல் தொழில் தெருக்கள் இல்லாத ஒரே மாநிலம் ஒருவேளை கேரளம் மட்டுமே. அதே சமயம், வேறு எங்கேயும்போல ஏராளமான பெண்கள் இங்கேயும் பாலியல் தொழிலில் ஈடுபடுகிறார்கள். மதங்கள், சித்தாந்தங்கள், வைதிகத் தத்துவங்களால் அடக்கி வைக்கப்பட்டிருக்கும் நரகம் கேரளம். பெண்களை மனசாலும் அல்லாமலும் இரையாகத் தேடும் ஆண்கள் இந்தியாவின் வேறெந்த மாநிலத்திலும் இவ்வளவு அதிகமாக இருக்க மாட்டார்கள். இருட்டிவிட்டால் ஒரு பெண்ணுக்கும் எந்தத்

தெருவிலும் பாதுகாப்பில்லை. ஆனால், அடுத்த வீட்டுக் காரனின் பாலியல் ஒழுக்கத்தைப் பற்றி இந்த அளவுக்குச் சீற்றம்கொள்கிற இனம் இந்தியாவில் வேறெங்கும் இருக்காது. அப்பட்டமான காமம் மனத்தில் கொதிக்கிறது. பேசுவதோ புனித மொழிகள். சூடான அப்பம்போல விற்றுத் தீரக் காமம் போல இன்னொரு சரக்கு இல்லையென்று மலையாள ஊடகங் களுக்கு நன்றாகத் தெரியும். நல்லொழுக்கத்தைப் பற்றித் தலை யங்கம் எழுதும்போதும் முதல் பக்கத்தில் அவர்கள் விற்பது முறையற்ற காமத்தைத்தான்.

குஞ்ஞாலிக்குட்டியைப் பற்றி என்னிடம் பேசுபவர்களிடம் நான் ஒரு கேள்வியை மட்டுமே கேட்கிறேன். அமைச்சர்களும் அரசியல்வாதிகளும் அதிகாரிகளும் போலீசும் நீதிமன்றங்களும் மத நிறுவனங்களும் சேர்ந்து கடந்த ஐம்பதுக்கும் மேற்பட்ட ஆண்டுகளாக, ஊழலிலும் லஞ்சத்திலும் பொதுஜன வஞ்சனை யிலும் மூழ்கடித்துக் கொன்று குளிப்பாட்டிக் கிடத்தியிருக்கும் சமூகந்தான் கேரளம். மலையாளச் சமூகம் எதிர்கொள்கிற **மிகப்பயங்கரமான அச்சுறுத்தல், ஆளும் வர்க்கத்தின் ஊழல்** தான். ஆனால் பாலியற் பசியை அடக்க இயலாத மலையாளியின் கவனம் ஆளும் வர்க்கத்தின் தனிநபர்கள் எந்தப் பெண்ணோடு படுத்துக்கொண்டார்கள் என்பதில்தான். பெண்ணோடு படுத்துக் கொள்ளும் போதும் அவர்களின் ஒரு கை தனது சட்டைப் பையில்தான் என்பதை மலையாளி காண்பதில்லை. அல்லது ஊடகங்கள் அவனுடைய பாலியல் வேட்கையைப் பயன் படுத்திக்கொள்கின்றன.

ரெஜினா பத்திரிகையாளர் சந்திப்பு நடத்திச் சொன்னது இப்படியென்று கருதுவோம்:

"பத்து வருடங்களுக்கு முன்பு குஞ்ஞாலிக்குட்டி எனக்கு வேலை வாங்கித் தருவதாகச் சொல்லி என்னிடமிருந்து பணம் வாங்கினார். குடியிருந்த வீட்டை விற்றுப் பணம் கொடுத்தேன். ஆனால் இத்தனை காலமாகியும் வேலை தரவில்லை. பணத்தை யும் திருப்பிக் கொடுக்கவில்லை. நான் நடுத்தெருவில் நிற்கிறேன். எனக்கு உதவி செய்யுங்கள்."

ரெஜினாவின் அம்பலப்படுத்தலுக்கு ஊடகங்களின் எதிர் வினை ஓர் அதிர்வேட்டுக்குப் பதில் அதிரடிச் சிரிப்பு மட்டு மாகவே இருந்திருக்கும் என்பதே உண்மை. ஊழலுக்கு விற்பனை கிடையாது. செக்ஸுக்கு உண்டு. வை ராஜா வை. ஒரு மகளிர் அமைப்பும் ஒரு சமூகப் பணியாளரும் ஓர் எதிர்க் கட்சியும் ஓர் எழுத்தாளனும் அவளுக்காகக் கண்ணீர் சிந்தியிருக்க மாட்டார்கள். "முறைகேடு அவ்வளவு பெரிய விஷயமா, குழந்தாய்" என்று கேட்பார்கள். "பாலியல் அத்துமீறலின் கதை யிருந்தால் சொல். நாங்கள் கண்ணீர் சிந்துகிறோம்."

இதழ் 60, டிசம்பர் 2004

காஞ்சியில் கைது:
ஒரு மலையாளத் திரைக்கதை

காஞ்சி மடாதிபதியின் கைதுச் சம்பவத்தைக் கேரளத்திலிருந்து பார்க்கும்போது பலவிதமான சிந்தனைகள் தோன்றுகின்றன. கைதுச் செய்தியை வாசித்த நிமிடத்தில் எனக்குள்ளே எழுந்த ஒரு கேள்வி – இப்படி ஒரு கைது கேரளத்தில் நடந்திருக்குமா? "இப்படி" என்றால் இப்படி ஒரு மதத் தலைவரை என்று பொருள். கேள்விக்கான பதிலும் எனக்குத் தெரியும். ஒருபோதும் இல்லை. இந்தப் பதில் என்னையே ஆச்சரியப்படுத்தியது. நான் பலரிடமும் இதே கேள்வியைக் கேட்டுப் பார்த்தேன். இதே பதில்தான் எனக்குக் கிடைத்தது. உண்மையில் காஞ்சி மடாதிபதியின் கைது நடந்ததால் மட்டுமே இப்படி ஒரு விஷயத்தைக் கேரளத்துடன் இணைத்துச் சிந்திக்கவே முடிகிறது என்னும் உணர்வு என்னை மீண்டும் திடுக்கிடச் செய்தது. வேறு வார்த்தைகளில் சொன்னால், இடதுசாரி, ஜனநாயக, மதச்சார்பற்ற, முழு எழுத்தறிவு பெற்ற, அரசியல் விழிப்புணர்வுள்ள கோட்டை எனத் தன்னைக் கூறிக்கொள்ளும் கேரளத்தில் காஞ்சி மடாதிபதியின் வரிசையிலுள்ள ஒரு மதத் தலைவரைப் போலீஸ் விசாரணை செய்வதுகூடச் சிந்திக்க முடியாதது.

இதன் ரகசியம் என்ன? தமிழ் மக்களின் சமூகத்துக்கும் மலையாளிகளின் சமூகத்துக்கும் என்ன வேறுபாடு? செல்வி ஜெயலலிதாவின் அரசுக்கும் கேரளத்திலுள்ள அரசுக்கும் இடையில் என்ன வித்தியாசம்? இங்கே ஓர் உண்மையைக் கவனிப்பது சுவாரசியம். காஞ்சி மடாதிபதியின் கைதுக்கு எதிர்ப்புத் தெரிவித்து முதல் கடை

யடைப்பு நடந்தது கேரளத்தில்தான். அன்று கேரளத்தில் ஓர் ஈகூட அசையவில்லை. எல்லாம் ஸ்தம்பித்துப்போயின. தமிழ் நாட்டில் சில நாள்களுக்குப் பிறகே கடையடைப்பு. அன்று நான் தமிழ்நாட்டிலிருந்தேன். கடையடைப்பு நடக்கிற மாநிலம் என்று ஒரு விளம்பரப் பலகை எழுதிவைத்தால் மட்டுமே தெரியும் என்னும் நிலைமை அங்கே.

ஒரு மலையாளி என்னும் நிலையில் சமூக அடிப்படையிலும் அரசியல் அடிப்படையிலும் தொடர் ஆய்வு மேற்கொள்ள ஒரு வாய்ப்பாகவே நான் இந்தக் கைது நடவடிக்கையைக் காண்கிறேன். காஞ்சி மடாதிபதி குற்றவாளியா இல்லையா முதலிய கேள்விகள் இங்கே பொருத்தமற்றவை. சட்டத்தை நடைமுறைப்படுத்த மலையாளியின் அரசுக்குக் கைகள் நடுங்கும்; பாதங்கள் முன்னோக்கி நகரா என்னும் உண்மை ஒருபுறம். ஆனால் தமிழ் அரசுக்கு அதற்கான இச்சா சக்தியுண்டென்றும் அதை நிரூபிக்க முடிந்தது என்பதுமான உண்மை மற்றொரு புறம். கேரளச் சமூகத்தைக் குறித்தும் அரசியலைக் குறித்தும் மலையாளிகளும் அவர்களது ஊடகங்களும் அரசியல் கட்சிகளும் பாரம்பரியமாக உருவாக்கிவைத்திருக்கும் எல்லா அபிப்பிராயங்களையும் இது தகர்க்கிறது.

பாரம்பரியமான கருத்துப்படி இது புரட்சிக்காரர்களின் ஊர். கம்யூனிச முற்போக்குவாதத்தின் ஊர். இடதுசாரி ஜனநாயக முன்னணியிலும் (எல். டி. எஃப்.), ஐக்கிய ஜனநாயக முன்னணியிலும் (யு. டி. எஃப்.) உள்ள எல்லாக் கட்சிகளும் மதச்சார்பின்மை பாராட்டுபவை. அரசியல் விழிப்புணர்வுக்கும் தீரத்துக்கும் உரிமைகொண்டாடும் ஊடகங்களும் வாசகர்களும் நிறைந்த மாநிலம். அறிவுஜீவிகள் நெருக்கியடிக்கும் மாநிலம். பகுத்தறிவு இயக்கம் இங்கே வலுவானது. முழுமையான எழுத்தறிவு பெற்றது என்னும் கீர்த்தியை முன்பே வசப்படுத்திய இடம். உள்ளது மனித ஜாதி மட்டுமே; வேறு ஒரு ஜாதியும் மதமுமில்லை என்று அறிவித்த ஸ்ரீ நாராயண குருவின் நாடு. ஆனால், காஞ்சி மடாதிபதி ஆந்திராவுக்குப் பதிலாகக் கேரளத்திலிருந்திருந்தால் அவர் கைதுசெய்யப்பட்டிருப்பாரா என்பதில் எனக்குப் பலமான சந்தேகமுண்டு.

மீண்டும் சொல்கிறேன்: காஞ்சி மடாதிபதியின் கைதைக் கொண்டாட வேண்டிய மகா சம்பவமாகவோ அவருக்குக் கிடைக்க வேண்டியது கிடைத்தது என்று குதூகலமடைய வேண்டிய காரியமாகவோ நான் காணவில்லை. அவர் தவறு செய்தாரா இல்லையா எனச் சட்டம் தீர்மானிக்கட்டும். துணிச்சலுடன் சட்டத்தை நடைமுறைப்படுத்துவதற்கான ஆற்றல், ஆற்றலின்மையின் பின்னணியில் மட்டுமே ஜயேந்திர

சரஸ்வதியின் கைது நடவடிக்கையைப் பார்க்கிறேன். கேரளத்தில் பொதுவாகச் சொல்லுக்கும் செயலுக்கும் பெரும் இடைவெளி யுண்டு என்பதைத்தான் ஒரு மதத் தலைவரைச் சட்ட நட வடிக்கைக்குள்ளாக்குவதற்கான ஆற்றலின்மையின் காரணமாக நான் காண்கிறேன். அரசியல்வாதிகளுக்கு இடையில் மட்டுமல்ல, எழுத்தாளர்கள், அறிவுஜீவிகள், கலாச்சாரப் பணியாளர்கள் ஆகியோருக்கு இடையில், நவீனத்துவமும் முற்போக்குச் சிந்தனை யும் தோலுக்கு வெளியில் அல்லது நாக்கு நுனியில், அது வுமல்லாது பேனா முனையில் மட்டும் நடைபெறும் நிகழ்வு. வார்த்தையளவில் இங்கே எல்லாம் நவீனம் மட்டுமல்ல; அதிநவீனம். வார்த்தையளவில் இந்த இடம் புரட்சிகரமான சமூகச் சீர்திருத்தத்தின் மேடை. ஆனால் செயலில் இந்த இடம் வைதீகத்தின், உளுத்துப்போன சாதியச் சிந்தனையின், மத வாதத்தின், சமூக மாற்றத்தைக் குறித்த அச்சத்தின் கூடு. இந்த ஒட்டுமொத்தமான இரட்டை நிலைதான் இன்றைய கேரளச் சமூகத்தின் அடையாளம். இதில் கிறிஸ்தவனும் இந்துவும் முஸ்லிமும் உண்டு. கம்யூனிஸ்டும் காங்கிரஸ்காரனும் உண்டு. கல்லூரிப் பேராசிரியரும் டாக்டரும் காவல்துறை அதிகாரியும் நீதிபதியும் உண்டு. மதமும் சாதியும் ஒரு விடியற்காலையில் பலமாக ஊதினால் பறந்துபோகும் இலவம் பஞ்சல்ல என்பது உண்மையே. ஆனால் சமூகத்தின் பொது நன்மைக்காகவும் சட்டத்தின் முழு அதிகாரத்தை உயர்த்திப் பிடிப்பதற்காகவும் சில சமயங்களிலாவது மதத்தையும் சாதியையும் ஒரு பக்கம் ஒதுக்கி நிறுத்துவது குடிமகனின், குறிப்பாகத் தலைமைப் பீடங்களி லுள்ள குடிமக்களின் பொறுப்பல்லவா?

கேரளத்துக்கு ஓர் ஆஸ்தான மனித தெய்வமுண்டு – அமிர் தானந்தமயி. ஐம்பத்து ஏழு வருடத்திய அரசியல் மென்று துப்பிய மலையாளிச் சமூகத்தின் வருத்தங்களை மூலதனமாக்கி, சங்கப் பரிவாரங்களின் மிகப் பயங்கரமான குழுக்களுடனும் கூடக் கைகோர்த்து, ஆன்மீகத்தை ஒரு விற்பனைச் சரக்காக்கிச் சந்தையிலிறக்கிக் கோடானுகோடிச் செல்வத்தைச் சொந்தமாக்கிக் கொண்டிருக்கும் ஒரு சாமர்த்தியமான பெண்மணி. அவருடைய பாசாங்குகளுக்கு முன்னால் தொழுது நிற்கும் ஊடகப் பிரபுக்கள், அரசியல் தலைவர்கள், எழுத்தாளர்கள், அறிவுஜீவிகள் ஆகி யோரின் நீண்ட வரிசையைப் பார்க்கும்போது, மலையாளியாகப் பிறந்ததில் எனக்கு அவமானம் தோன்றுகிறது. அண்மையில் நான் யோசித்தேன். ஜயேந்திரரைப் போல அமிர்தானந்தமயி ஏதாவது ஒரு வழக்கில் குற்றம்சாட்டப்படுவதாக வைத்துக் கொள்வோம். முதலமைச்சர் நேரில் சென்று அவரிடம் மன்னிப்புக் கேட்டிருப்பார். கேரளத்தில் இதுதான் நடந்திருக்கும். பிறகு வழக்கை இல்லாமலாக்கும் நடவடிக்கைகளை மேற்கொண்

டிருப்பார். அமிர்தானந்தமயி மடத்துக்கு வந்துசேரும் கணக்கில்லாத பணத்தின் தோற்றுவாய் எதுவென்றும் இந்தப் பணம் எதற்கெல்லாம் விநியோகிக்கப்படுகிறதென்றும் முனகலாகக்கூட ஒரு கேள்வியை எழுப்பக் கேரளத்திலுள்ள அரசாலோ ஊடகங்களாலோ முடிந்ததில்லை. சுனாமி அழிவில் பாதிக்கப்பட்டவர்களுக்காக நூறு கோடி ரூபாய்த் திட்டங்களைச் செயல்படுத்த விருப்பதாகச் செய்தியாளர் கூட்டம் நடத்தி அமிர்தானந்தமயி சொன்னபோது இந்தப் பணம் எங்கிருந்து வருகிறதென்று கேட்க ஒரு பத்திரிகையாளரின் நாக்கும் எழும்பவில்லை. சாமர்த்தியமாகத் தன்னை மார்க்கெட் செய்கிற எந்தக் குட்டித் தெய்வத்தின் முன்னாலும் ஐம்புலனையும் அடக்கி நிற்கும் ஒரு சமூகந்தான் இன்றைய கேரளம். இந்தக் குட்டித் தெய்வங்கள் நட என்று ஆணையிட்டால் அதற்கு முன்பே மண்டியிட்டு நகர்வது ஊடகங்கள்தாம். அவற்றின் பின்னால் அரசியல் வாதிகள்.

செல்வி ஜெயலலிதாவுக்கு (நானறிந்தவரையில் அவர் ஆழ்ந்த இறை நம்பிக்கையாளர்) காஞ்சி மடாதிபதியைச் சட்டத்தின் வரம்புக்குள் கொண்டுவரும் முதுகெலும்புண்டென்றால் நான் அதைத் தனிநபரின் சக்தியாக மட்டும் கருதவில்லை. தனிநபரின் செயலாற்றலும் தமிழ்ச் சமூகத்தின் செயலாற்றலும் ஒன்றிணைந்த நடவடிக்கை இது. கேரளத்தில் இப்படியொரு சம்பவம் சாத்தியமாகாதது, ஏ.கே. ஆண்டனியைப் போன்ற முதுகெலும்பின் புகைப்பட நகல் மட்டுமுள்ள அரசியல்வாதிகள் தலைவர்களாக இருப்பதனால் மட்டுமல்ல; மலையாளிகளின் முக்கிய நீரோட்டமே மத அடிப்படையிலும் சாதியடிப்படையிலும் புத்தி வளர்ச்சி குன்றிப் போனதால்தான்.

காஞ்சி மடாதிபதிக்கு அதிருஷ்டமில்லை. அன்று அவர் ஆந்திராவுக்குப் போவதற்குப் பதில் புரட்சிக்காரர்களின் சொந்த நாட்டுக்கு வந்திருக்க வேண்டும்!

இதழ் 62, பிப்ரவரி 2005

கம்யூனிசமும் மலையாளிகளும்

மலையாளிகளுக்குக் கம்யூனிசத்துடன் உள்ளது போலத் தமிழர்களுக்கு எந்தக் கருத்துக் கோட்பாட்டுடன் உறவுள்ளது என்று நான் பல சமயங்களிலும் யோசித்த துண்டு. ஒருவேளை திராவிட இயக்கத்துடனிருக்கலாம். மரபார்ந்த சமூகங்கள் நவீனத்துவத்தை நோக்கிப் பயணம் மேற்கொள்ளத் தொடங்குவது கருத்துச் சார்ந்த மாற்றங்களின் பாதிப்பு உண்டாகும்போதுதான். மலையாளிகளிடையே இது போன்ற மாற்றம் படிப்படியாகத்தான் உருவானது. மிஷனரிகள் பொதுக் கல்வியைச் சாத்தியப்படுத்தின. ஸ்ரீ நாராயணன் சாதியையும் மதத்தையும் கேள்விக்குட்படுத்தினார். அச்சு மற்றும் காகிதத்தின் வருகை அறிவையும் கலாச்சாரத்தையும் வெகுசனத் தன்மை கொண்டதாக்கியது.

இவை அனைத்தின் தொடர்ச்சியாகவே கம்யூனிசம் ஒரு சீர்திருத்த அரசியல் இயக்கமாகக் கேரளத்தில் வேரூன்றியது. ஒரே சமயத்தில் அது அரசியல் இயக்கமாகவும் கலாச்சார இயக்கமாகவும் இருந்தது. மலையாள இலக்கியத்தில் முற்போக்கு இயக்கத்தின் பகுதியாக மாறக் கம்யூனிசத்தால் முடிந்தது. சாதி சார்ந்த சுரண்டலையும் பொருளாதாரச் சுரண்டலையும் கேள்வி கேட்க அது அடித்தள மக்களுக்குப் பயிற்சியளித்தது. சாதிய மைப்பு கேரளத்தில் தொடர்ந்த போதும் அதற்குள்ளிருந்த அடிமை மரபுகள் முடிவடைந்தன.

ஆனால் அதிகார நாற்காலிகளுடன் பழகியதோடு கம்யூனிசத்தின் இலட்சியத் தூய்மை காணாமற் போயிற்று. அதை உருவாக்க உதவிய முற்போக்குக் கேரளத்திலேயே அது ஒரு சனாதனப் பிரிவாக மாறியது. கிராமத் தொழிலாளிகளிடமிருந்தும் ஏழை விவசாயிகளிடமிருந்தும்

கம்யூனிசத்தின் அக்கறை மாறி, சம்பளக்காரர்களான வெள்ளைக் காலர் ஊழியர்களிடம் மையங்கொண்டது.

அவர்களிடமிருந்து மாதாமாதம் சந்தா திரட்டுவது எளிதாக இருந்தது என்பது மட்டும் அதற்குக் காரணம் அல்ல. ஊழியர்களால் கொடுக்க முடிகிற தொகையின் சிறு பங்கைக்கூட விவசாய நிலங்களில் உழைக்கும் கூலிப் பணியாளர்களால் கொடுக்க முடியாது. அது மட்டுமல்ல, இந்தக் கூலிப் பணியாளர்கள் அதிகார அமைப்பின் பகுதியாக இருக்கவில்லை. மாறாக, தலைமைச் செயலகத்திலும் ஆட்சியர் அலுவலகத்திலும் பிற அரசு அலுவலகங்களிலும் மின்வாரியம் போன்ற அரசு நிறுவனங்களிலும் பணிபுரியும் அலுவலர்களும் அதிகாரத்தின் – ஆட்சியமைப்பின் – பகுதியாக இருந்தார்கள். அவர்களைத் தன்னோடு சேர்த்து நிறுத்துவது அல்லது அவர்களோடு சேர்ந்து நிற்பது என்பதே கம்யூனிசத்தின் அதிகாரத் தந்திரமானது. அப்படியாக, ஊழல் பேர்வழிகளும் மக்கள் விரோதிகளுமான ஆயிரக்கணக்கான அலுவலர்களைக் கம்யூனிஸ்ட் தொழிற் சங்கங்கள் காப்பாற்றத் தொடங்கின.

இடதுசாரி எழுத்தாளர்கள், கோட்பாடு சார்ந்த இடது இலட்சியங்களையல்ல, கட்சியின் அதிகார "லைனை"ப் பின்பற்றவும் ஆதரிக்கவும் வேண்டுமென்று கட்சி பிடிவாதம் பிடிக்கத் தொடங்கியபோது, படைப்பாற்றல் மிகுந்த எழுத்தாளர்கள் கட்சியைக் கைவிட்டார்கள். இதன் மிகச் சிறந்த உதாரணம்: ஓ.வி. விஜயன் (பின்னர், பெண்டுலம் ஒரு முனையிலிருந்து இன்னொரு முனைவரை ஆடுவதுபோல, விநோதமான மென் இந்துத்துவச் சாய்வை விஜயன் வெளிப்படுத்தினார் என்பதை வாழ்க்கையின் கசப்பான நகைச்சுவைகளில் ஒன்றாகக் கருதினால் போதும்).

கேரளத்தில் முதலாளித்துவம் வேரூன்றியிருந்த காலப் பகுதியில்தான் கம்யூனிஸ்ட் கட்சி தொழிலாளர்களை ஒருங்கிணைக்கத் தொடங்கியது. ஆனால், அந்தப் புரட்சி அங்கேயே முடிவடைந்தது. அதிகார நாற்காலியை மட்டுமே குறிவைத்த கட்சி, தொழிலாளர் அமைப்புகளைத் துஷ்பிரயோகம் செய்தது, வழி தவறச் செய்தது. கட்சி வளர்வதற்குப் "போராட்டங்கள்" தேவையாக இருந்தன. ஆயிரக்கணக்கான உற்பத்திக் கூடங்கள் மூடப்பட்டன. தொழிலாளர்களைக் கட்சி தனது பகடைக்காய்களாகப் பயன்படுத்தியது. நம்ப முடியாதது எனத் தோன்றும் சில தளங்களைக் கட்சியின் தொழிலாளித் தந்திரங்கள் எட்டின. பார்வைக் கூலி ஓர் உதாரணம்.

நீங்கள் வீடு மாறுவதாக வைத்துக்கொள்வோம். உங்களது வீட்டுச் சாமான்களை ஒரு வாகனத்திலேற்றிப் புதிய வீட்டிற்குக் கொண்டுபோய்ச் சேர்க்கிறீர்கள். அவற்றை வண்டியிலிருந்து கீழேயிறக்கத் தொடங்கும்போது அந்தப் பகுதியிலுள்ள சுமைத்

தொழிலாளர் சங்கத்தைச் சேர்ந்தவர்கள் இறக்கி வைப்பதாகச் சொல்கிறார்கள். ஆனால், அவர்கள் கேட்பதோ திடுக்கிடச் செய்வதும் எந்தச் சாதாரணச் சட்டத்துக்கும் உட்படாததுமான ஒரு கூலி. கொடுக்க இயலாது என்று சொல்கிறீர்கள். சரி, நீங்களே இறக்கிவைத்துக்கொள்ளுங்கள் என்கிறார்கள். நீங்கள் இறக்கும்போது அவர்கள் பார்த்துக்கொண்டிருக்கிறார்கள். இறக்கி முடித்ததும் கேட்கிறார்கள்: 'இனி எங்கள் கூலியைக் கொடுங்கள்.' 'அதெப்படி?' நீங்கள் கேட்கிறீர்கள். 'எங்கள் வேலையை நீங்கள் செய்வதைப் பார்த்துக்கொண்டிருந்ததற்கான கூலியைத்தான் கேட்கிறோம்' என அவர்கள் சொல்லுகிறார்கள். நீங்கள் ஒப்புக் கொள்ள மறுக்கிறீர்கள். அவர்கள் பயமுறுத்துகிறார்கள். பிறகு உங்களைத் தாக்குகிறார்கள். இதுதான் 'பார்வைக் கூலி' என்ற புரட்சிகரமான மலையாளிக் கம்யூனிசக் கண்டுபிடிப்பு.

கேரளத்தின் தொழிற்கலாச்சாரத்தை இவ்வளவு அழுகிய நிலைக்குக் கம்யூனிசம் கொண்டுவந்து சேர்த்திருக்கிறது. இளம் மலையாளிகளுக்குக் கேரளத்துக்குள்ளே வேலை வாய்ப்பது அரிதாயிற்று. அவர்கள் கூட்டம் கூட்டமாக வெளிமாநிலங்களுக்கும் வெளிநாடுகளுக்கும் பயணமானார்கள். இன்று ஒவ்வொரு மலையாளியும் தனது குழந்தையைத் தயார் செய்வது கேரளத்தில் வாழ்வதற்காக அல்ல; நாடு விட்டுச் செல்வதற்காக. மலையாளிகளின் மிகச் சமர்த்தான சந்ததிகள் பதினாறு பதினெட்டு வயதாவதற்குள் நல்ல தொழிற்கல்வி தேடியும் நல்ல எதிர்காலம் தேடியும் என்றென்றைக்குமாக நாட்டை விட்டுப் போகிறார்கள்.

இந்த நிலைமைக்கு வழி கோலியது கம்யூனிஸ்ட் கட்சி மட்டுமல்ல. கம்யூனிஸ்ட் கட்சியை முன்னுதாரணமாகக் கொண்டு காங்கிரசும் மற்ற கட்சிகளும் தொழிலாளிகளைச் சுரண்டின. கேரளம் இன்று இரண்டேயிரண்டு புல் தும்புகளில் தொங்கிக்கொண்டிருக்கிறது. ஒரு புல் தும்பு, சுற்றுலா. மற்றது மனித வள ஏற்றுமதி. சுற்றுலா நிலைநிற்கச் சுற்றுச்சூழல் நிலை நிற்க வேண்டும். ஆனால் சுற்றுச்சூழல் மீதே சுற்றுலாவின் பெயரில் ஆக்கிரமிப்புகள் நடத்தப்படுகின்றன. மனிதவள ஏற்று மதி வெற்றிபெற வேண்டுமானால் தரமான மனித ஆற்றல் உருவாக வேண்டும். ஆனால் ஆசிரியர்களின் அரசியலாலும் மந்தப் புத்திக்காரர்களான கல்வியமைச்சர்கள், கல்வித் துறை அதிகாரிகள் ஆகியோரின் மூடத்தனமான நடவடிக்கைகளாலும் பல்கலைக்கழக சிண்டிகேட்டின் அரசியல் புரட்டுகள் மூலமும் கல்வித் தரம் வெட்கக்கேடான நிலைக்குத் தாழ்ந்துவிட்டது.

நான் இவற்றையெல்லாம் எழுத நேர்ந்தது அண்மையில் மலப்புரத்தில் நடந்த, மிக அதிகம் கொண்டாடப்பட்ட மார்க்சியக் கம்யூனிஸ்ட் கட்சியின் (சி.பி.எம்.) மாநில மாநாட்டின் பின் னணியில்தான். வி.எஸ். அச்சுதானந்தன் வழிநடத்திய மரபுவாதி

களுக்கும் பிணராயி விஜயன் வழிநடத்திய முழுமையான மரபுவாதிகளல்லாதவர்கள் என்று அழைக்கப்படும் பிரிவினருக்கு மிடையில் நடந்த போட்டியில் பிணராயி விஜயன் அணி வெற்றி பெற்றது. மலையாளிகளைப் பொறுத்தவரை சி.பி.எம். இன் முகத் தோற்றம் என்ன என்பது முக்கியமான விஷயம். காரணம், ஐந்தாண்டு இடைவேளைக்குள் மலையாளிகள் சாகவேண்டுமா வாழவேண்டுமா துன்புறுத்தப்பட வேண்டுமா மகிழ்ச்சியடைய வேண்டுமா என்பதை அந்தக் கட்சிதான் தீர்மானிக்கிறது. உலகெங்கும் கம்யூனிசம் தகர்ந்து விழுந்து விட்டாலும், மலையாளிகள் இன்றும் அதைச் சுமந்து நடக் கிறார்கள். அல்லது மலையாளிகளைச் சுமந்து நடக்க இங்குள்ள கம்யூனிஸ்டுகள் கற்றுக்கொண்டிருக்கிறார்கள். மலையாளிகளின் வருங்காலம் எதிர்கொள்ளும் மிக முக்கியமான சிக்கல் இது. அதே சமயம் இங்கும் கம்யூனிசம் தகர்ந்துபோனதாகக் கொண் டால், அந்த இடைவெளியில் இந்துத்துவவாதி உட்பட எந்த அற்பஜீவி ஊர்ந்துவருமென்றும் சொல்ல முடியாது.

திராவிட இயக்கத்துக்கும் தமிழர்களுக்குமான உறவு இப்படியானதுதானா என்று எனக்குத் தெரியாது. திராவிட இயக்கம் தமிழ் மறுமலர்ச்சியின் அடிக்கல்லாக இருந்ததென்று தெரியும். அதிகாரம் வாய்த்ததும் அது, கேரளத்தின் கம்யூனிசம் போல நசிந்ததென்று தெரியும். ஊழலுக்கும் அதிகாரிகளின் தீவினை மேலாண்மைக்கும் அது துணைபுரிந்ததென்றும் தெரியும். அதன் ஆதி இலட்சியங்களை ஒவ்வொன்றாகக் கைவிட்டதென்றும் தெரியும்.

ஆனால் கேரளத்திலிருந்து பார்க்கும்போது, சரியோ தவறோ, எனக்கு ஒரு வித்தியாசம் தோன்றுகிறது. திராவிட இயக்கம் பிளவுபடவும் புரளவும் கவிழவும் வீழவும் செய்திருந்தாலும், அது தமிழ்நாட்டின் பொருளாதார சமூக வளர்ச்சிக்கும் முன்னேற்றத்துக்கும் முட்டுக்கட்டையாக இருக்கவில்லை என்று எனக்குத் தோன்றுகிறது. அரசுகள் மாறியபோதும் வளர்ச்சித் திட்டங்கள் தொடர்ந்தன. தமிழகம் அதன் எல்லாக் குறைக ளுடனும் குற்றங்களுடனும் கேரளத்தைவிட எத்தனையோ மடங்கு வேகத்தில் எதிர்காலத்தை நோக்கிச் செல்கிற சமூகமாக இருக்கிறது. அதனாலேயே இன்று நான் மலையாளிகளை முன்னெச்சரிக்கை செய்கிறேன். ஜாக்கிரதையாக இருங்கள். இப்போதே உங்கள் வீட்டில் அரிசி வேக வேண்டுமானால் தமிழ்நாட்டிலிருந்து அரிசி லாரி வர வேண்டும். உங்கள் அரசியல் வாதிகளைக் கட்டுப்பாட்டில் நிறுத்த நீங்கள் கற்றுக்கொள்ள வில்லையென்றால், விரைவிலேயே ஒரு நாளில் நாம் தமிழ் நாட்டின் மீதோ, கர்நாடகத்தின் மீதோ அப்பிய ஒட்டுண்ணி களாக மாறுவோம்.

இதழ் 64, ஏப்ரல் 2005

சென்னைக் கடலோரம்

ஒவ்வொரு ஊரிலும் நிரந்தரமாக வசிப்பவர்களுக்கு — அவர்கள் அந்த ஊர்க்காரர்களல்லவென்றாலும் — அந்த ஊரைப் பற்றித் திட்டவட்டமான அபிப்பிராயங்கள் இருக்கும். தொடர்ச்சியான கண்ணோட்டத்தின் பலனாக உருவாகும் அகப்பார்வை அது. அதே சமயம், குறுகியகால வாசத்துக்காக வரும் வெளியூர்க்காரர்களாலும் வேற் றிடத்தில் வசித்துக்கொண்டு விடுமுறைக்கு மட்டும் வருகிற உள்ளூர்க்காரர்களாலும் நிரந்தரக் குடியிருப்பாளர் களின் கண்ணில் படாத சில விஷயங்களைப் பார்க்க முடியும். சென்னையையும் தமிழ் நாட்டையும் பற்றிய எனது இந்தக் குறிப்பு அது போன்ற விருந்தாளியின் நிலைப்பாட்டிலிருந்து உருவானது. அதற்கே உரிய வரை யறைகளும் குறைகளும் இதில் இருக்கக்கூடும் என்று முன்ஜாமீனுக்காக விண்ணப்பித்துக் கொள்கிறேன்.

ஏறத்தாழ ஒருமாத காலத்துக்கும் மேலாகச் சென்னைக்குச் சமீபமுள்ள ஓரிடத்தில் தனியாக வசித்துக் கொண்டிருக்கிறேன். கடற்கரை. கடும் சூடு. ஆனால் நல்ல காற்று. பக்கத்திலேயே கிழக்குக் கடற்கரைச் சாலையின் நவீன வேகம். வாரத்துக்கு ஒருமுறை நகரத்துக்குச் சென்று திரும்புவேன்.

எல்லா நாள்களிலும் இரண்டு ஆங்கிலப் பத்திரிகை களும் சிலசமயம் மலையாளப் பத்திரிகைகளும் கிடைக்கும். டெலிவிஷன் இல்லை என்னும் மகாபாக்கியமும் உண்டு. ஓரிரு நாள்கள் மரங்களையும் செடிகளையும் ஆகாயத்தை யும் புரட்டிப் போட்டுக் காற்றும் மழையும் அடித்தன.

கூடவே திடுக்கிடச் செய்யும் இடியும் மின்னலும். அப்புறம் வெம்மை திரும்பி வந்தது. வாதப் பிரதிவாதங்கள் இவை பற்றி யல்ல. மறுக்கப்படப்போவது, இந்த மூலையில் உட்கார்ந்து சென்னையைப் பற்றியும் தமிழ்நாட்டைப் பற்றியும் நான் சொல்லப் போகிற அபிப்பிராயங்கள்தாம்.

கேரளத்துக்கு வந்து, "ஹா, இந்த இடம் சொர்க்கம் போன்றது" என்று யாராவது சொன்னால் நான் உடனே அந்த நபரைத் திருத்தாமல் இருப்பேனா? "நீங்கள் இந்தப் பச்சைப் பசுமையைப் பார்த்து மயங்க வேண்டாம். இந்த அழகு எல்லாம் அழிந்த பிறகு மிச்சமிருப்பதைத்தான் நீங்கள் பார்த்துக்கொண் டிருக்கிறீர்கள். அதற்கும் பெரிய எதிர்காலமில்லை. நீங்கள் ஒன்றிரண்டு மாதம் இங்கே தங்கிச் சாதாரண வாழ்க்கை வாழ்ந்து பாருங்கள். இந்த இயற்கையழகு இங்குள்ள வாழ்க்கை என்ற நரகத்தின் வெறும் பின்னணி என்று அப்போதுதான் தெரியும்" என்று நான் ஆத்திரப்படுவேன் – அந்த நபர் ஏதோ தவறு செய்துவிட்டது போல. அதன் மூலம் நானும் திருத்தப்பட ஆயத்தமாக இருக்கிறேன் என்பதை மீண்டும் சொல்லிக் கொள்கிறேன்.

மேலோட்டமான பார்வையில் மட்டுமல்ல; நுட்பமான கண்ணோட்டத்திலும் என்னை மிகவும் வியப்படையச் செய்த அம்சம் சென்னை நகரத்துக்கு நேர்ந்திருக்கும் மாற்றம். எத் தனையோ வருடங்களாகச் சொந்த நகரத்துக்கு வந்துபோவது போல நான் வந்துபோய்க்கொண்டிருக்கிறேன். சென்னை நகரத்தின் தூய்மைக் கேட்டையும் ஒழுங்கின்மையையும் பார்த்து வருத்தப்பட்டிருக்கிறேன்.

ஏனெனில் இந்தியப் பெருநகரங்களில் நான் மிகவும் விரும் பும் நகரம் சென்னைதான். யாரோ மூளையில் விஷமேற்றிவிட் டிருக்கும் – அது அரசியல் கட்சிகளும் போலீஸ்காரர்களும் சினிமாக்காரர்களும் என்று தோன்றுகிறது – தந்திரசாலிகளான ஆட்டோ ஓட்டுநர்களைத் தவிர்த்தால் சென்னை மனிதாபி மானம் மிகுந்த நகரந்தான். அதன் அழுக்கிலிருந்தும் துர்நாற்றத்தி லிருந்தும் அலங்கோலங்களிலிருந்தும் ஒருபோதும் இந்த நகரத் துக்கு விமோசனம் கிடையாது என்று நிராசையுடன் எண்ணி யிருந்தேன். தமிழக அரசியல் தலைவர்கள் தங்களுடைய பிரதிபிம் பங்களுக்கு ஆகாயம் முட்டும் உயரத்தைக் கொடுத்து நாட்டின் பிம்பத்தைக் குப்பைத் தொட்டியில் வீசியெறிபவர்களென்றும் கண்டிருந்தேன். ஒருவேளை அவர்களில் பெரும்பான்மையினரும் இப்போதும் அப்படியே இருக்கக்கூடும். ஆனால், சென்னையைப் பொறுத்தவரை மாறுதலின் தொடக்கம் வெளிப்படையாகத் தென்படுவது என்னை மிகவும் மகிழ்ச்சியடையச் செய்தது.

மும்பையையும் கொல்கத்தாவையும்போல நான் ஜீவ நகரம் என்று அழைக்கிற நகரம் சென்னை. முன்கூட்டித் திட்டமிட்ட நகரமல்ல, சாதாரண மனிதர்களின் வாழ்க்கை உருவாக்கிய நகரம். ஜீவ நகரங்களுக்கு பலத்தைவிட பலவீனமே அதிகம்.

ஆனால் ஆரோக்கியமும் வாழ்க்கையும் அழகும் நவீன வசதிகளும் ஒருங்கிணைந்த ஒரு நல்ல நகரத்தை உருவாக்க வேண்டுமென்ற இச்சை எழுந்தால், என்னுடைய அபிப்பிரா யத்தில், சிங்கப்பூர் போன்ற திட்டமிட்டு உருவாக்கிய நகரங்களை விட ஜீவ நகரங்களே உயர்ந்த மானுட நோக்கில் முன்வந்து நிற்கும். சென்னையின் முக்கியமான பகுதிகளிலாவது அது போன்ற ஒரு தொடக்கத்தைக் காண முடிந்தது என்பதே எனது மகிழ்ச்சிக்குரிய அபிப்பிராயம். இது நீண்டு நிற்குமோ, இந்த இச்சா சக்தி வறண்டுபோகுமோ என்று எனக்குத் தெரியாது. ஆனால், திருவனந்தபுரம் போன்ற குப்பைத் தொட்டித் தலை நகரத்திலிருந்து வருகிற என்னை, சென்னைக்குக் கைகூடிவந் திருக்கும் திருத்தமும் ஒழுங்கும் பளபளப்பும் பொறாமைப் படுத்துகின்றன. இது தொடர்வதாக என்று நான் வாழ்த்துகிறேன்.

தமிழகத்தைப் பொறுத்து நான் கவனித்த மற்றொரு உண்மை, நாட்டின் வளர்ச்சிக்காகக் கொண்டுவரப்படும் நல்ல திட்டங்களை, தமது அரசியல் நோக்கங்களுக்காக எதிர்க் கட்சிகள் தகர்ப்ப தில்லை என்பது. கட்சி எதுவானாலும் எல்லாரும் தமிழ்நாட்டின் குடிமக்கள் என்ற உணர்வு எங்கோ நிலைபெற்றிருப்பதாக எனக்குத் தோன்றியது. மலையாளிகளின் அரசியல் கட்சிகளுக்குக் கேரளத் தின் வளர்ச்சி தொடர்பாக இல்லாதது இந்த உணர்வு. தமிழ் நாட்டில் இருந்துகொண்டு மலையாளப் பத்திரிகையை வாசித்த போதுதான் திடுக்கிடச் செய்யும் ஒரு செய்தியைப் பார்த்தேன். வளர்ச்சியற்று உருக்குலைந்து கிடக்கிற கேரளத்தில், அண்மையில் துபாயைச் சேர்ந்த தகவல் தொழில்நுட்பக் குழுமம் ஆயிரக் கணக்கான கோடி ரூபாய் செலவில் ஒரு நிறுவனம் தொடங்க ஒப்புதல் பத்திரத்தில் கையெழுத்திட்டது. இரண்டே நாள் களுக்குள் மார்க்சியக் கம்யூனிஸ்ட் கட்சியின் அறிக்கை விற் பன்னரான தலைவர் அச்சுதானந்தன் அதற்கெதிரான போராட் டத்தை அறிவித்துவிட்டார். அடுத்த தேர்தலில் அதிகாரத்துக்கு வருவதற்கு 50:50 வாய்ப்பு மார்க்சிஸ்ட்டுகளுக்கு இருக்கும் நிலையில் துபாய்க்காரர்கள் ஒப்புதல் பத்திரத்தைக் கிழித்தெறிந்து விட்டு உயிர் பிழைக்க ஓடுவதுதான் இனி செய்ய வேண்டியது.

தமிழ்நாட்டிலும் வளர்ச்சித் திட்டங்களில் எதிர்க் கட்சித் தரப்பு உரிமை கொண்டாடுவதைப் பார்த்தேன். அதாவது, தாங்கள் அதிகாரத்திலிருந்தபோது சூல் கொண்ட திட்டங்களைத் தாம் ஆளுங்கட்சி இப்போது நடைமுறைப்படுத்திக் கைதட்டல்

வாங்கிக்கொள்கிறது என்பதே வாதம். அது அபாயகரமானதல்ல. ஒருவேளை அது உண்மையாகவுமிருக்கலாம்.

தமிழ்நாட்டின் பக்கத்து வீட்டுக்காரனான மலையாளி இனத்தவனைத் தொந்தரவு செய்கிற, ஆனால் தமிழகம் பெருமைப் பட்டுக்கொள்ளக்கூடிய செய்திகளையும் நான் இங்கிருந்து வாசித்தேன்.

அமெரிக்காவிலுள்ள உயர் கல்வி நிறுவனமான மசாசு செட்ஸ் இன்ஸ்டிட்யூட் ஆஃப் டெக்னாலஜிக்கு (அங்கே வராந் தாவில் நடந்தால் மோதிக்கொள்வது நோபல் பரிசு பெற்றவர்கள் மீதுதான்) இந்த ஆண்டு இந்தியாவிலிருந்து தேர்ந்தெடுக்கப்பட்ட இருபத்தாறு மாணவர்களில் பாதிப்பேர் சென்னையைச் சேர்ந்தவர்கள். நான் யோசித்தேன். எங்கே போயிற்று மலை யாளியின் முழுமையான எழுத்தறிவு? எங்கே கல்வி வளம் பற்றிய தற்புகழ்ச்சிகள்? எம்.ஐ.டி.யில் ஒரு மலையாளி மாணவ னாவது சமீபகாலத்தில் தேர்ந்தெடுக்கப்பட்டதாக எனக்குத் தெரியவில்லை. தமிழ்நாடு விழித்தெழுந்துகொண்டிருக்கும் புலி போன்றது; தைவான், தென்கொரியா ஆகிய விழித்தெழுந்த ஆசியப் புலிகளைப் போன்றது என்று மடையர்களான மலையாளி அறிவுஜீவிகளுக்கும் அரசியல்வாதிகளுக்கும் நான் எப்படிப் புரியவைப்பேன்?

கிழக்குக் கடற்கரைச் சாலையிலுள்ள சுங்கச்சாவடியைக் *(Toll gate)* கடந்துதான் காலை வேளைகளில் நடக்கப் போவேன். உலகின் முன்னேறிய நாடுகளில் காண்பது போன்ற உயர்ந்த தரமுள்ள 'டோல் ப்ளாசா.' சீருடையணிந்த பணியாளர்கள். துப்புரவும் அழகும் எடுப்புமுள்ள அமைப்பு. சுங்கம் செலுத்துவது ஒரு நஷ்டம் என்று தோற்றுவிக்காத நடைமுறை. குறிப்பாக டோல் பிளாசாவுக்கு இட்டிருக்கும் பெயர் – 'சீனிக் பீச்வே டோல் பிளாசா.' அதாவது கடலோர அழகைப் பருகிக்கொண்டே நல்ல சாலையில் வண்டியோட்டிப் போகக் கொடுக்கிற சுங்கம் என்று பொருள்.

வழிப்பறிக்காரர்களின் பாணியிலுள்ள கேரளத்துச் சுங்கச் சாவடிகளை நினைத்து நான் வெட்கப்பட்டேன். மடித்துக் கட்டிய வேட்டி, பனியன், தலைமுதல் கால்வரை பரவிய திமிருடன் சுங்கம் வசூலிக்கிற மலையாளி பாணி. கலாச்சாரம் என்பது புத்தகம் எழுதுவதிலோ ஞானபீடப் பரிசு வாங்குவதிலோ அல்ல; சுங்கச்சாவடி போன்ற சாதாரண வாழ்க்கையின் சாதாரண முகங்களில் அடங்கியிருக்கிறது என்பது தமிழ்நாட்டில் யார் யாருக்கோ புரிந்திருக்கிறது என்பது தெளிவு.

எனக்குச் சங்கடம் தோற்றுவித்த செய்திகளும் உண்டு. தலித்து களின் நிலை பற்றியவை அவை. ஒரு பஞ்சாயத்தில் தலித்

வேட்பாளர் வெற்றி பெறுகிறார். ஆனால், ஐந்தே நிமிடத்தில் உயர் வருணர்களுக்காகப் பதவியை ராஜினாமா செய்கிறார். மதுரைக்கு அருகில் கீழவளவு கிராமத்தில் பாண்டியம்மாள் என்ற தலித் இனப் பெண்ணை மேல் சாதியினர் ஆடு மேய்க்க அனுமதிப்பதில்லை.

பகிரங்கமாகவும் சட்டத்துக்கு அறைகூவல் விடுத்தும் தலித் இனத்தவரை ஒடுக்கும் சம்பவங்களைப் பற்றியும் இது போன்ற பல செய்திகளையும் வாசித்தேன். மலையாளியின் தற்புகழ்ச்சியுடன் இதைச் சொல்கிறேன் – இது கேரளத்தில் நடக்காது. இந்த ஒரு செயலுக்காக கம்யூனிஸ்ட் இயக்கத்துக்கு நான் நன்றி சொல்ல வேண்டும் (அதற்கும் முன்னதாக நாராயண குருவுக்கும் அய்யன்காளிக்கும்). இந்தத் தீராக் களங்கம் முடிவடைகிற அன்றுதான் தமிழ்நாட்டின் உண்மையான பாய்ச்சல் தொடங்கும்.

அப்புறம் இருப்பது தண்ணீர்ப் பஞ்சம். கேரளத்திலிருந்தால் இந்தப் பஞ்சம் யாரோ நடைமுறைப்படுத்திக்கொண்டிருக்கும் பெரும் தொழில் என்று சொல்லியிருப்பேன். ஏனெனில், தண்ணீரை விற்று எத்தனையோ பேர் தமிழ்நாட்டில் இன்று கோடீஸ் வரராகிக்கொண்டிருக்கலாம். தமிழகத்தின் தண்ணீர்ப் பஞ்சம் செயற்கையாக உண்டாக்கப்பட்டதா என்று எனக்குத் தெரியவில்லை. ஆனால், ஒன்று நிச்சயம். தலித் மக்களின் பிரச்சினைக்குத் தீர்வு ஏற்படுவதைப் பற்றிச் சொன்னதுபோலத் தண்ணீர்ப் பஞ்சம் தீர்க்கப்படும் நாள் தமிழகத்தைப் பொறுத்தவரை முக்கியமானதாக இருக்கும். அதற்குப் பின் இந்த நாட்டைப் பிடித்தால் பிடிபடுமென்று நான் எண்ணவில்லை. தண்ணீர் இல்லாமலேயே இவ்வளவென்றால் தண்ணீர் கிடைத்துவிட்டால்? தமிழகம் பாயாது; பறக்கும்.

ஆட்சியாளர்களும் அதிகாரிகளும் மக்களுடனான தங்களது விசுவாசத்தை, அதிகம் வேண்டாம், ஒரு பத்து விழுக்காடு உயர்த்தினால் போதும், தமிழகத்தின் வளர்ச்சி பத்து மடங்காகும். ஏனெனில் உழைப்பதற்குச் சோம்பாதவர்கள் தமிழ்க் குடிமக்கள். அவர்களுக்குத் தேவைப்படுவதெல்லாம் அதற்கான வாய்ப்பு மட்டுமே.

இதழ் 66, ஜூன் 2005

சாதி: இங்கும் அங்கும்

தமிழ்நாட்டிலுள்ள சில விஷயங்களை நான் புகழ்வது இக்கரைக்கு அக்கரைப் பச்சை என்பதாக இருக்கலாம் என்று ஒப்புக்கொள்ளத் தயாராக இருக்கிறேன். ஏனெனில் ஓர் ஊரில் வாழ்ந்து சகிக்க முடியாமல் போனவர்களால்தான் அந்த இடத்தின் அரசியல், மதம், சாதி ஆகியவற்றின் கசப்பான ஆழங்களை உணர முடியும். கேரளத்திலுள்ளது போன்ற பூதப் பேய் பிசாசுகள் கூத்தாடுகிற வேறொரு அரசியலை நான் கண்டதில்லை. அதுபோலத் தமிழ் நாட்டில் வசிப்பவர்களுக்கே அங்குள்ள அசுர வட்டங்களின் உண்மையான நிறம் தெரியும்.

நான் கேரளத்தையும் தமிழ்நாட்டையும் பல சமயங்களிலும் ஒப்பிடுவது வளர்ச்சியின் விரிவான கணக் கெடுப்பு நடத்தும்போதுதான். கேரளத்துக்குக் கிடைத்த வரலாற்று ரீதியான வாய்ப்புகளையும் கேரளத்தின் இன்றைய வளர்ச்சி அடிப்படையிலான பின்தங்கிய நிலையையும் பார்க்கும்போது, கேரளத்தைக் காட்டிலும் எவ்வளவோ பின்னால் புறப்பட்ட தமிழகம் கேரளத்தைப் பின்தள்ளிவிட்டு முன்னோக்கிப் பாய்வதாகவே நம்புகிறேன். இது அரசியல் கட்சிகளின் சாமர்த்தியத்தால் நிகழ்ந்தது என்று நான் கருதவில்லை. தமிழர்கள் வாழ்வின் வெவ்வேறு துறைகளில் உழைப்பதன் பலன், முற்போக் கான விருப்பம் கொண்டிருப்பதன் பலன் இது.

அரசு அமைப்புகளால் பெரும் வளர்ச்சித் திட்டங் களை உருவாக்கவும் நடைமுறைப்படுத்தவும் முடியும். பெரும் முதலீடுகளுக்கு வசதிகள் ஏற்படுத்திக் கொடுக்க முடியும். தமிழ்நாட்டில் அது கேரளத்தைவிடச் சிறப்பாக

நடைபெறுகிறது என்பதே இக்கரையிலிருந்து பார்க்கும் எனக்குக் கிடைக்கும் ஏகதேச உணர்வு. சேது சமுத்திரம் திட்டத்தை எடுத்துக்கொள்வோம். அது தமிழகத்தைப் பொருளாதார வளர்ச்சியின் அதிவேகப் பாதைக்கு இட்டுச்செல்லும் என்று சொல்லப்படுகிறது. அத்திட்டத்தின் சூழலியல் விளைவுகள் தொடர்பான ஆய்வு இன்னும் நடத்தப்படவில்லை என்று கூறப்படுவது சரியென்றால் அது பெரும் ஆபத்துதான். முதல்வர் ஜெயலலிதா அண்மையில் அத்திட்டத்தை விமர்சனம் செய்திருப்பதும் சூழலியலைச் சுட்டிக்காட்டித்தான் (பொதுவாக இது போன்ற விஷயங்களில் நல்ல வீட்டுப் பயிற்சி மேற் கொள்ளும் செல்வி ஜெயலலிதாவுக்கு இதில் ஓர் அபத்தம் நேர்ந்திருப்பதைக் காண்கிறேன். சூழலியல் பிரச்சினையை அவர் திரும்பத் திரும்ப முன்வைக்கிறார். ஆனால் சூழலியலை அவர் மீனவர்களின் வாழ்க்கைச் சூழலாக மட்டுமே சுருக்கியிருக் கிறார். கடலின் அடியில் நடத்தப்படவிருக்கும் மண் அகழ்வு கடலில் வாழும் எல்லா உயிரினங்களையும் பாதிக்கும் என்பதே முதன்மையான சூழலியல் பிரச்சினை. அதன் பின்விளைவுகளே மீனவர்கள் அனுபவிக்கப்போகும் பிரச்சினைகள்).

எதுவாக இருந்தாலும், இந்த விஷயத்தில் மத்திய அமைச்ச ரவையிலுள்ள தி.மு.க. அமைச்சர்களை ஜெயலலிதா கடுமையாக விமர்சிக்கிறார்; பரிகசிக்கிறார். ஆனால் திட்டத்தைக் கவிழ்க் கவோ இல்லாமல் போகச் செய்யவோ அவர் முயற்சி செய்வ தில்லை என்பதை நான் கவனித்தேன். அவர் சூழலியல் பிரச்சி னையைச் சுட்டிக் காட்டியது – முன் குறிப்பிட்டதுபோலக் குறையுடன்தான் எனினும் – மிகப் பொருத்தமானதும்கூட. இது போன்ற ஓர் அணுகுமுறை கேரளத்தில் காணக்கிடைக்கா தது என்பதைத்தான் நான் பல சமயங்களிலும் குறிப்பிடுகிறேன். எலியை விரட்ட வீட்டைக் கொளுத்துவதுபோல என்று ஒரு பழமொழி உண்டு. அதைத்தான் கேரள அரசியல்வாதிகள் செய்துகொண்டிருக்கிறார்கள். அவர்கள் தங்களது சுக வாழ்க்கையை நடத்துவதற்கான குறுக்கு வழிகளைக் கட்சிகள் உருவாக்கி வைத்திருக்கின்றன. எடுத்துக்காட்டாக, மார்க்சிஸ்ட் கட்சிக்குக் கேரளத்தில் கணக்குக்கு உட்பட்ட சொத்து மட்டும் 4,000 கோடி ரூபாய். கணக்கில் வராதது வேறே. அமிர்தானந்த மயிக்குக்கூட இவ்வளவு சொத்து இருக்குமா என்பது சந்தேகம். கட்சியுடன் இந்த விஷயத்தில் எனக்குள்ள மகிழ்ச்சி, அது வருமான வரி விவரங்களைத் தாக்கல் செய்கிறது என்பதுதான். வரியாகக் கொடுப்பது பூஜ்ஜியமாக இருக்கலாம். எனினும் ரிட்டர்ன் சமர்ப்பிப்பதற்கான முனைப்பையாவது வெளிப்படுத்து கிறதே. மார்க்சிஸ்டுகள் ஆட்சி செய்யும்போது, வருமான

வரியிலிருந்து தப்பி ஓடாத நபர்கள் ஆட்சி செய்கிறார்கள் என்னும் ஆறுதலாவது இருக்கிறதே.

இன்றும் மேல்சாதித் திமிரின் புதிய கதைகள் வெளிப் படும்போது தமிழ்நாடு என்னைத் திடுக்கிடச் செய்கிறது. அண்மையில், ஓர் ஆலயத்தின் தேரோட்டத்தில் பங்கு பெறும் உரிமைக்காகக் கீழ்ச் சாதியினர் நீதிமன்றத்தை நாடவேண்டி யிருந்தது. அப்படியும் தேரோட்டத்தில் கீழ்ச் சாதியைச் சேர்ந்த சிலரை மட்டுமே ஒப்புக்காகப் பங்கேற்கச் செய்தார்கள். இருபத் தொன்றாம் நூற்றாண்டில், 2005ஆம் ஆண்டில், திராவிட இயக்கங்களின் பிரசவ மருத்துவ மனையில் இது நிகழ்கிறது என்பதை என்னால் நம்ப முடியவில்லை. எனது கருத்து சரியாக இருக்குமானால், தமிழ்நாட்டின் இன்றைய விநோதமான உண்மை, பிராமணர்களைவிடவும், மேல்சாதியினராகத் தங்களைக் கற்பித்துக்கொண்டிருப்பவர்கள்தாம் கீழ்ச் சாதியினரைத் துன்புறுத்துகிறார்கள் என்பதே. துன்புறுத்துபவர்களில் பலரும் பிற்படுத்தப்பட்ட சாதியினராகப் பதவி பெற்று அதன் அப்பத் துண்டுகளைச் சொந்தமாக்கிக்கொண்டவர்கள். பிராமண மேலாதிக்கத்துடனான போராட்டத்தை முடித்துக்கொள்ள நேரம் வந்துவிட்டதா என்று எனக்குத் தெரியாது. ஆனால், அதைவிட வலுவான இந்தப் புதிய சாதிய மேலாதிக்கத்துடன் போராடப்போவது யார்? பிராமணர்களைவிடவும் சாதி பாராட்டுகிற, தீண்டாமை கற்பிக்கிற சாதிகள் உருவாகிவிட்டன என்பதே இதன் பொருள். அப்படியானால் ஈ.வெ.ரா., அண்ணா துரை ஆகியோரின் திராவிட இயக்கம் எங்கே சென்று சேர்ந் திருக்கிறது?

யோசித்துப் பார்த்தால் இந்த நிலைமைக்குப் பின்னால் ஒரு யுக்தி இருக்கிறது. இந்திய வரலாறு கண்டதில் மிக நீச மான சாதி வெறியின், மத விரோதத்தின், பிராமண ஆதிக்கத் தின் பாம்புப் புற்றுதான் சங்கப் பரிவாரும் அதன் அரசியல் கையான பி.ஜே.பி.யும். அதன் ரத்தக் களத்துக்குத் திராவிட இயக்கத்தின் இரண்டு வெவ்வேறு அணிகளாலும் – தி.மு.க.வும் அ.தி.மு.க.வும் – கூச்சமில்லாமல் கைகோர்த்துச் செல்ல அநா யாசமாக முடிகிறது என்பதை நினைக்கும் போது, தலித்துகளை மிதிக்கச் சிலர் துணிகிறார்கள் என்பதிலும் அதைத் தடுக்க தி.மு.க.வாலோ அ.தி.மு.க.வாலோ முடிவதில்லை என்பதிலும் ஆச்சரியப்பட எதுவுமில்லை.

கம்யூனிசம் கேரளத்தில் 4000 கோடி ரூபாய் சொத்து சேர்த்தபோதும் ஒரு காரியம் செய்திருக்கிறது. தலித்தை மிதிக்கப் பட முடியாதவனாக்கியது. கம்யூனிசத்தை அடியொற்றிக் காங்கிரசும் பிற கட்சிகளும் இதில் பங்கேற்றன என்பதைச்

சொல்லாமலிருக்க முடியாது. ஆனால் கேரளத்தில் யாரும் சாதி பாராட்டுவதில்லை என்பதல்ல இதன் பொருள். வெள்ளாப் பள்ளி நடேசனைப் போன்ற முட்டாள்கள் சாதி பற்றிச் சொல்வ துண்டு. அப்படிச் சொல்வது கீழ்ச் சாதிகளுக்கோ மேல்சாதி களுக்கோ எதிராகவும் அல்ல; பிற சாதிக்கு எதிராக மட்டும். நடேசனுக்குத் தனது தொப்பையை வீங்க வைத்துக்கொள்வதற்கு அப்பால் அதுவும் தேவையில்லை. இந்துக்களிடையே இருப்பது போலவே கிறிஸ்தவர்களுக்கிடையிலும் முஸ்லிம்களுக் கிடையிலும் சாதியுண்டு. ஆனால் வெளியே காட்டிக்கொள்ள யாருக்கும் தைரியம் கிடையாது. நீ கீழ்ச் சாதி, அதனால் தேர் வடத்தைத் தொடக் கூடாது என்று நாவுயர்த்த அவர்கள் நூறு முறை யோசிக்க வேண்டியிருக்கும். சாதியைச் சொல்லி நடக்கும் சமூகப் பேரங்கள் ஏராளமுண்டு. அரசுப் பணிகளையும் இடங்களையும் மதிப்பையும் கைப்பற்றுவதற்காக. ஆனால் அங்கே சாதியைக் கீழ் சாதியாக்கிக் காண்பிப்பதில்தான் சாமர்த்தியம்.

ஆனால் இங்கே ஒரு விஷயத்தில் சாதி துல்லியமாக இருக்கும். அது திருமணம். மேல் வருண கிறிஸ்தவருக்கும் தலித் கிறிஸ்தவருக்கும் இடையில் சமுதாயம், குடும்பம் ஆகிய வற்றின் சம்மதத்துடன் திருமணம் நடந்திருப்பதாக எனது அறிவுக்கு இதுவரை எட்டியதில்லை. கட்டாயப்படுத்தி அப்படி ஒரு திருமணத்தை நடத்த முடியாதே. இது போன்ற சில துறைகளில் மிகவும் நிசப்தமாகச் சாதித் துவேஷம் பாதுகாக்கப் படுகிறது.

சாதி விஷயத்தில் முதல் திருப்புமுனையை ஏற்படுத்தியவர் நாராயண குரு. இடதுசாரி இயக்கம் அரங்கில் நுழைந்தபோது அவர்கள் கீழ் வருணனான குரு திறந்த வழியின் பயனாளர்க ளாயினர். கேரள கம்யூனிஸ்ட் கட்சியின் நிறுவனத் தலைவர்கள் அனைவரும் மேல்வருணத்தவராக இருந்தனர் என்பதை வரலாற்றின் ரகசியப் புன்னகையாகக் கருதினால் போதும்.

எதுவாக இருப்பினும் கேரளம் என்னும் பைத்தியக்கார விடுதியில் வசிக்கும்போதும் இங்கே தலித் ஒருவனைப் பகிரங்க மாக மிதிக்க யாராலும் முடியாது என்பது போன்ற சிறு காருண்யங்கள்தாம் வாழ்க்கைக்குக் கொஞ்சமாவது மதிப்பைத் தருகின்றன.

பின் குறிப்பு : வெள்ளாப்பள்ளி நடேசன் – நாராயண குருவால் தோற்றுவிக்கப்பட்ட ஸ்ரீ நாராயண தர்ம பரிபாலன யோகத்தின் (எஸ்.என்.டி..பி.) இன்றைய செயலாளர்.

இதழ் 69, செப்டம்பர் 2005

புரட்சித் தலைவியும் கண்ணீர்த் துளிகளின் சாபமும்

அப்துல் நாசர் மதனி என்னும் குடிமகனும் பிற குடிமக்களும் குற்றப்பத்திரிகையோ விசாரணையோ இல்லாமல் கோயமுத்தூர் சிறையில் அடைக்கப்பட்டு ஏழு நீண்ட வருடங்கள் கழிந்துவிட்டன. இந்த விஷயத்தில் மதனியின் பெயர் எடுத்துச் சொல்லப்படுவது அவர் ஓர் அரசியல் கட்சியின் தலைவர், பிரபலமானவர் என்பதனால் மட்டுமே. மற்ற கைதிகளும் குடியுரிமைகளும் குடும்பங்களும் மனித உறவுகளும் கொண்டவர்களே.

இவர்கள் ஒவ்வொருவரும் நமது ஆட்சியமைப்பு, தனது கைகளால் நடத்திக்கொண்டிருக்கும், மறைவற்ற, நம்ப முடியாததென்று தோன்றக்கூடிய, மனித உரிமை மீறலின் இரைகள். நாம் குற்றவாளிகளாக இருந்தாலும் இல்லையென்றாலும் உங்களுக்கோ எனக்கோ இது நேர்ந்திருக்கலாம்; இனி நேராது என்றும் சொல்வதற்கில்லை.

நாம் நம்பிக்கை வைத்திருக்கும் ஜனநாயக அமைப்பு எந்த அளவுக்குத் தொட்டால் நொறுங்கிவிடக்கூடியது, நாம் ஓட்டுப்போட்டு உருவாக்கும் ஆட்சியமைப்புகள் எந்த அளவுக்கு இதயமில்லாதவை ஆகிய அச்சம் தரும் உண்மைகளின் கொடூர உதாரணங்கள்தாம் மதனியும் அவர் கூட்டாளிகளும்.

ஏழு ஆண்டுகள் கழிந்துவிட்ட இந்த மனித உரிமை அழிப்புக்கு முன்னால் ஊடகங்களும் அறிவுஜீவிகளும் சமூகப் பணியாளர்களும் மௌனமாக நிற்பதைக் காணலாம். கோக்கோ கோலா போன்ற முட்டாள் பானத்துக்கு

எதிராகச் சிலர் நடத்தும் போராட்ட நாடகங்களைப் பார்க்கும் போது என் ரத்தம் கொதிப்பதும் இந்தக் காரணத்தால்தான். கோக்கோ கோலாவைவிட எத்தனையோ மடங்கு வலிமை கொண்ட, பயங்கரங்கொண்ட ஆக்கிரமிப்பாளர்களாகத்தான் நமது ஆட்சியமைப்புகள் பெரும்பாலும் நடந்து கொள்கின்றன. நமது அரசு அமைப்புகளின் வஞ்சனைக்கும் வாக்குறுதி மீறலுக்கும் கபடத்துக்கும் கொடூரத்துக்கும் பக்கத்தில் வர எந்த கோக்கோ கோலாவால் முடியும்? எந்த பெப்ஸியால் முடியும்?

மதனியும் சக கைதிகளும் செய்த குற்றம் என்னவென்று சொல்ல அவர்களைச் சிறை வைத்திருப்பவர்களின் நாவு எழுவதில்லை. அதே சமயம் ஏழு ஆண்டுகளாக அவர்களுக்கு ஜாமீன் மறுக்கப்பட்டிருக்கிறது. மதனி தீவிர நோய்க்கு ஆளாகி யிருப்பவர். மற்ற கைதிகளும் அவரவர்களுடைய கடுமையான வாழ்க்கைச் சிக்கல்களை அனுபவித்துக்கொண்டிருப்பவர்கள். அவர்கள் குற்றம் புரிந்தவர்கள் என்று வைத்துக்கொண்டாலும், அவர்களுக்குக் கிடைக்கக் கூடியதைப் போலவோ அதைவிட அதிகமாகவோ தண்டனைக் காலத்தைச் சிறையில் கழித்திருக் கிறார்கள். குற்றப் பத்திரிகை வழங்குவதில் மட்டும் அவர் களுக்கு விலங்கு பூட்டிய கரங்களுக்குத் தயக்கம். நீதிமன்றத்தின் முன் விசாரணைக்காக அவர்களை ஆஜர்படுத்துவதில் யாருக்கோ பயம். யாருடைய நெஞ்சங்களோ அதை நினைத்து அடித்துக் கொள்கின்றன.

ஒருவேளை இந்த நபர்களின் சிந்தனை இப்படியிருக்கலாம்:

கட்டுக்கதைகள் அம்பலமாகும் அந்தப் பயங்கர நாளை எதிர்கொள்வதைவிட மதனியையும் சக மனிதர்களையும் விலங்குகளைப் போல் கூண்டில் அடைத்து வைப்பதே நல்லது – ‘மோத’லுக்கு (என்கவுன்டருக்கு!) அவர்களை இரையாக சௌகரியமான ஒரு நாள் பார்க்கும்வரை. நாம் வாழ்வது இருபத்தியொன்றாம் நூற்றாண்டின் இந்தியாவிலாம்! சுதந்திரத் தின் ஐம்பத்தெட்டு ஆண்டுகளைக் கடந்த இந்தியாவிலாம்!

இந்தக் கைதிகள் அடைக்கப்பட்டிருப்பது திருவள்ளு வரின் தமிழ்நாட்டில். சுப்பிரமணிய பாரதியின் தமிழ்நாட்டில். பெரியாரின் தமிழ்நாட்டில். தமிழ்நாட்டின் இரண்டு அரசுகள் தாம் இந்தக் கொடூரமான அரசியல் அமைப்புச் சட்டமீற லுக்கும் மனித உரிமை மீறலுக்குமான பொறுப்பைப் பங்கிட்டுக் கொள்கின்றன. அவர்களைக் கைதுசெய்ததும் குற்றப்பத்திரிகை யில்லாமல் இரண்டாண்டுகளுக்கு மேலாகச் சிறையில் தள்ளியதும் தி.மு.க. அரசு. கலைஞர் கருணாநிதியென்ற பண்பாட்டு நாயகரும் அறிவாளியுமான நபர் முதல்வராக இருந்த அரசு. தி.மு.க. அரசிடமிருந்து இந்தப் பிசாசுத்தனமான

மரபை அ.இ.அ.தி.மு.க. ஏற்றுக்கொண்டும் ஐந்தாண்டுகள் கடந்துவிட்டன. 'புரட்சித் தலைவி'யும் சந்தேகமில்லாமல் ஆட்சித் திறனில் நிபுணருமான செல்வி ஜெயலலிதாதான் முதல்வர். ஆனால், ஜெயலலிதாவும் இந்த அவலமான போலி நாடகத்தைத் தொடர அவருக்கேயான காரணங்களும் இருக்கலாம். இந்தக் கைதிகளின் வாழ்க்கையை நசுக்கித் தேய்த்து உருவான ரத்தத் திரைக்குப் பின்னால் யாரெல்லாமோ காப்பாற்றப்படுகிறார்கள். யார் யாருடைய பாவங்களோ – குற்றங்களும் பொய்களும் – என்றென்றைக்குமாக மறைக்கப்படுகின்றன. அவர்கள் எந்த அளவுக்கு வலிமையானவர்களாக இருக்க வேண்டும்! இல்லையென்றால் இந்த அளவுக்கு வெளிப்படையான அப்பட்டமான அரசியல் சட்ட மீறலுக்கு இரண்டு முதலமைச்சர்களை விளக்குப் பிடிக்கவைக்க அவர்களால் எப்படி முடிந்தது?

இந்தக் கைதிகளின் மேல் சுமத்தப்பட்டிருக்கும் குற்றம் 1998இல் கோயமுத்தூரில் எல்.கே. அத்வானி பங்கேற்ற நிகழ்ச்சியில் நடந்த குண்டுவெடிப்பு. அந்தக் குண்டுவெடிப்பால் மிக அதிக ஆதாயம் பெற்றது அத்வானியின் கட்சியும் அது தலைமை தாங்கிய முன்னணியுமே என்று தமிழ்நாட்டில் கண்களைத் திறந்து வைத்திருக்கிற எந்தச் சிறுபிள்ளைக்கும் தெரியும்.

சுவாரஸ்யமான, ஆனால் அச்சம் தரக்கூடிய ஒரு புள்ளி விவரத்தை அண்மையில் காண நேர்ந்தது. பி.ஜே.பி. ஆட்சிக் காலத்தில் இந்தியாவில் பொதுக் கூட்ட நிகழ்ச்சிகளில் நடந்த குண்டுவெடிப்புகளின் கணக்குகள் அவை. நவீன இந்தியாவின் வரலாற்றில் எந்த ஆட்சிக் காலத்திலும் இந்த அளவு குண்டு வெடிப்புகள் நிகழ்ந்ததில்லையாம். அது மட்டுமல்ல ஒவ்வொரு சம்பவமும் குறிதவறாததும்கூட. அதாவது ஆட்சிப் பீடத்தை அவ்வப்போதைய சிக்கல்களிலிருந்து புகைத்திரை மூலம் காப்பாற்றியவை, ஊடகங்களின் கவனத்தையும் மக்களின் கவனத்தையும் திசை திருப்பியவை.

தமிழ்நாட்டில் 1998இல் பி.ஜே.பி. துளிர்விட்டதற்குப் பின்னால் என்னென்ன உண்மை வெடிகள் மறைந்திருக்கின்ற வென்று யாருக்குத் தெரியும்? அவர்களுக்குத் தமிழ்ச் சூரியனின் கீழே ஓர் இடம் கொடுத்தது கலைஞரின் வலுவான கரங்களாக இருக்கலாம். திராவிடத் தன்மானத்துக்கும் மதச்சார்பின்மைக்கும் முற்போக்குக் கொள்கைகளுக்கும் உயர்த்தியிருந்த அந்தக் கரங்கள் ஒருபோதும் செய்திருக்கக்கூடாத பாவம் அது. மதனியும் சக கைதிகளும் அனுபவிக்கும் நீதி மறுப்பு, மனித உரிமை மறுப்புப் பற்றி தி.மு.க. அர்த்தமுள்ள மௌனத்தைக் கடைப்பிடிக்கிறது என்பதும் கவனத்துக்குரியது.

எல்லா மத நூல்களும் ஒரே குரலில் எடுத்துச் சொல்கிற ஓர் உண்மை: நீதிமானின் சாபம் குலத்தை நாசமாக்கும். ஏழு ஆண்டுகளாகக் குற்றப்பத்திரிகையோ விசாரணையோ இல்லாமல் சிறையிலடைக்கப்பட்டுள்ள மதனியும் சக மனிதர்களும் குற்றமற்றவர்கள் என்றால் புரட்சித் தலைவி கொடூரமான தார்மீக அச்சுறுத்தலை எதிர்கொள்ள நேரும். ஒருவேளை இந்த விஷயத்தில் அவர் நிராதரவானவராகவும் இருக்கலாம். அவரது கைகளைக் கட்டிப்போடும் வலிமையுள்ளவர்கள் இதன் பின்னால் இருக்கலாம். ஆனால், பிரஜைகளின் ரத்தத்தின் பொறுப்பு அரசியின் மீதே படியும். இந்தக் கைதிகளின் குடும்பத்தினர் சிந்தும் கண்ணீர்த் துளிகள் ஒவ்வொன்றும் அணையாத தீச்சுவாலைகளாக, புரட்சித் தலைவி ரட்சிப்புத் தேடும் ஆலயங்களுக்கும் ஆன்மீகச் சன்னிதானங்களுக்கும் உண்மைக்காகச் சாட்சி சொல்லப் பின்தொடர்ந்துகொண்டேயிருக்கும். நீதியின் சாபத்தைவிட, கண்ணீரின் சாபத்தைவிட அழிவில்லாத இன்னொரு சாபமில்லை.

இதழ் 72, டிசம்பர் 2005

எல்லைகளில் காற்று வீசட்டும்

தமிழிலிருந்து மலையாளத்துக்கு மொழி பெயர்ப்புகள் மூலமாகவும் நேர்காணல்கள் மூலமாகவும் தமிழின் இளைய தலைமுறை எழுத்தாளர்கள் பலர் அறிமுகப்படுத்தப்படுவதைக் காணும்போது மிகுந்த மகிழ்ச்சி தோன்றுகிறது. சாரு நிவேதிதா ஓர் உதாரணம். அவரை மலையாளிகள் ஏறத்தாழ ஒரு மலையாள எழுத்தாளராகவே பார்க்கத் தொடங்கிவிட்டார்கள். பத்திகள் மூலமாகவும் தொடராக வெளியிடப்படுகிற நாவல்கள் மூலமாகவும் சாரு நிவேதிதா பரவலாக அறிமுகமானவராகியிருக்கிறார். டி.டி. ராமகிருஷ்ணனைப் போன்ற உற்சாகமுள்ள இலக்கிய ஆர்வலரின் முயற்சி புதிய தமிழ் எழுத்துக்கு மலையாளத்தில் கிடைத்திருக்கும் அர்த்தம் நிறைந்த இருப்பின் பின்னணியில் பெரும்பங்கு ஆற்றியிருக்கிறது. எனக்கு ஒரு குறையும் உண்டு. இந்த நடவடிக்கை மிக முன்பே தொடங்கியிருந்தால் எத்தனை நல்லதாக இருந்திருக்கும். புதுமைப்பித்தனையும் மௌனியையும் க. நா. சுப்ரமண்யத்தையும் அசோகமித்திரனையும் போன்ற மகத்தான தமிழ் எழுத்தாளர்களை மலையாள நவீனத்துவம் இழந்துவிட்டது. தி. ஜானகி ராமன், ஜெயகாந்தன், அழகிரிசாமி ஆகியவர்களும் இந்தப் பட்டியலில் இடம்பெறுவார்கள்.

அசோகமித்திரனின் ஒரு நாவல் முதன்முதலாக மலையாளத்தில் வெளிவருவதுகூட 2005இல்தான். ஆங்கில மொழிபெயர்ப்பைப் படித்து முடித்ததும் மலையாளத்தில் மொழிபெயர்க்க வேண்டும் என்ற பேராசையை ஏற்படுத்

தியது 'தண்ணீர்.' நான் அதற்கான நேரத்தைக் கண்டுபிடித்து வருவதற்குள் என்னுடைய நண்பர் பி.கே. ஸ்ரீநிவாசன் ('இந்தியா டுடே', சென்னை) அதை மொழிபெயர்த்து முடித்துவிட்டார். அது எனக்கு நஷ்டம். ஆனால் மலையாள இலக்கியத்துக்கு லாபம்.

என் நினைவில் சுந்தர ராமசாமியும் வாஸந்தியும் மட்டுமே எண்பதுகளில் வலுவான இருப்பை மலையாளத்தில் உருவாக்கிக்கொண்டவர்கள். கேரளப் பின்னணியில் சு.ரா. எழுதிய 'ஜே.ஜே: சில குறிப்புகள்' தொடராக வெளியிடப்பட்ட போதே மிகுந்த கவனத்துக்குள்ளானது. பின்னரும் அவரது படைப்புகள் மலையாளத்தில் மொழிபெயர்க்கப்பட்டன. வாஸந்தியின் 'மூங்கில் காடுகள்' என்ற நாவலே மலையாளத்தின் சூப்பர் நட்சத்திரமான மம்மூட்டியைப் பிரபலமாக்கிய 'கூடெ விடே?' என்ற திரைப்படமாக மாறியது. வாஸந்தியின் வேறு சில நாவல்களும் சிவசங்கரியின் சில படைப்புகளும் எண்பதுகளிலும் தொண்ணூறுகளிலும் மலையாளத்துக்கு வந்து சேர்ந்தன என்பது என் நினைவு. சு.ரா.வின் இரண்டு நாவல்களை மொழி பெயர்த்த ஆற்றூர் ரவிவர்மா, ஜி.நாகராஜனின் 'நாளை மற்று மொரு நாளே' நாவலையும் மொழியாக்கம் செய்து தொடராக வெளியிட்டார். மலையாளத்தில் மொழிபெயர்க்கப்பட்ட மற்றொரு சமகால நாவலாசிரியர் தோப்பில் முஹம்மது மீரான். முக்கியமான இலக்கிய இதழ்களில் அவரது நாவல்கள் தொடர் கதைப் பகுதிகளாக வெளியிடப்பட்டன.

ஜெயமோகனின் கதை வேறு. அவர் நேரடியாக மலை யாளத்தில் எழுதினார். ஆனால் அவர் எழுதியது கதையோ நாவலோ அல்ல; மலையாள, தமிழ் சமகால இலக்கியம் தொடர்பான சிந்தனைகளையே எழுதினார். ஜெயமோகனின் தமிழ்ப் படைப்புகள் மலையாளத்தில் மொழிபெயர்க்கப்பட் டிருப்பதாக எனக்குத் தெரியவில்லை. ந.முத்துசாமி, சா. கந்தசாமி, பிரபஞ்சன், கோணங்கி முதலான எத்தனையோ சிறந்த தமிழ் எழுத்தாளர்களை மலையாளிகள் இன்னும் அறிமுகப்படுத்திக் கொள்ள வேண்டியிருக்கிறது.

வேறு மொழிபெயர்ப்புகள் உருவாகவேயில்லை என்பதல்ல. சாகித்திய அக்காதெமி மூலம் தி.ஜானகிராமன் போன்றோரது படைப்புகள் மலையாளத்துக்கு வந்து சேர்ந்திருக்கின்றன. ஆனால், அக்காதெமிகளின் அதிகாரபூர்வ இயல்பின் குறை பாடுகள் மூலம் அவை மக்களைச் சென்றடையவில்லை. குறைகளிருந்தாலும் பத்திரிகை வெளியீடுகள்தாம் மக்களுக் கிடையில் செல்வதற்கான ஒரே வழி. நூலகங்களுக்குச் செல்லும் ஆர்வமுள்ள வாசகர்களின் எண்ணிக்கையும் மிகக் குறைவு.

பத்திரிகைகளின் விற்பனைச் சாத்தியம் அதற்கும் அப்பாலுள்ள உலகத்தைச் சேர்ந்தது. அங்கே நடைபெறும் கருத்துருவாக்கம் கலாச்சார அடிப்படையிலான சிந்தனைப் போக்கைக் கட்டமைப்பதில் மிக முக்கியமானது.

புதுமைப்பித்தனையும் மௌனியையும் அசோக மித்திரனையும் ஆங்கில மொழிபெயர்ப்புகளின் வழியாகத்தான் நான் வாசித்தேன். அவர்களில் ஆங்கிலத்தில் அதிகமாக மொழி பெயர்க்கப்பட்டிருப்பவர் அசோகமித்திரன்தான் எனவும் தோன்றுகிறது. மூன்றோ நான்கோ வருடங்களுக்கு முன்பு தான் இவர்களை வாசிக்கும் வாய்ப்பு எனக்குக் கிடைத்தது. புதுமைப்பித்தனும் மௌனியும் நாற்பதுகளிலும் ஐம்பதுகளிலும் உருவாக்கியிருந்த புரட்சிகரமான நவீனத்துவம் என்னைத் திடுக்கிடச் செய்தது. பக்கத்திலிருக்கிற கேரளத்தில் உட்கார்ந்து நவீனத்துவத்தைத் தேடிய நான், இதை அறியாமல் என்னுடைய நடவடிக்கைகளை உருவாக்கிக்கொண்டிருந்திருக்கிறேன். எழுபதுகளிலேயே அசோகமித்திரன் மேற்கொண்டிருந்த கதை யாடலின் எளிமை என்ற புரட்சியை இரண்டாயிரத்தில்தான் கண்டறிந்தேன் என்பது என்னுடைய இழப்பு. அதிர்ஷ்டவசமாக சு.ரா. மட்டும் எண்பதுகளிலாவது மலையாளிகளின் வாசிப்பு – எழுத்து உணர்வுகளுக்கு வந்துசேர்ந்திருந்தார்.

சுப்பிரமணிய பாரதியை நான் ஆங்கில மொழிபெயர்ப்பில் தான் வாசித்தேன். அதுவும் சில கவிதைகள் மட்டுமே. மொழி பெயர்ப்பில் குன்றிப்போகாத சக்தியையும் நேர்மொழியின் எளிமையையும் அவற்றில் கண்டேன். தேசபக்திக் கவிதைகளுக்கப்பால் பிற கவிதைகளையும் அவர் எழுதியிருப்பார் இல்லையா? மலையாளத்தில் அவசியமாக மொழிபெயர்க்கப்பட வேண்டிய கவிதைகள் அவருடையவை என்று எனக்குத் தோன்றியது.

எழுபதுகளில் சி. ஏ. பாலன் ஜெயகாந்தனின் பல படைப்புகளை மலையாளத்துக்குக் கொண்டுவந்தார் என்றும் அறிகிறேன். குறிஞ்சிவேலன் தகழி சிவசங்கரப் பிள்ளையின் பல நூல்களைத் தமிழாக்கியதையும் அறிந்திருக்கிறேன்.

எம். கோவிந்தனைக் குறிப்பிட்டுச் சொல்லாமல் இந்த விஷயத்தில் முன்னோக்கிச் செல்ல முடியாது. சமகால இந்திய இலக்கியத்தை மலையாளத்தில் நவீனத் தலைமுறைக்கு அறிமுகப் படுத்த மிக அதிகம் முயன்றவர் கோவிந்தன். கேரளத்தின் நான்கு எல்லைகளுக்குள்ளும் வங்காளத்திலிருந்தும் மேற்கத்திய மொழிகளிலிருந்தும் வந்த மொழியாக்கங்களிலும் மலையாளிகள் கண்டடைந்த நவீனத்துவத்துக்கு இணையாகத் தமிழிலும் கன்னடத்திலும் ஹிந்தியிலும் மராத்தியிலும் புதிய உருவங்களும் உள்ளடக்கங்களும் அணுகுமுறைகளும் இடம் பிடித்திருக்கின்றன

சக்கரியா

என்பதைக் கோவிந்தன் எங்களுக்குத் தொடர்ந்து நினைவு படுத்திக்கொண்டிருந்தார். சு.ரா.வின் நாவலை மொழி பெயர்க்கவும் தொடராக வெளியிடவும் கோவிந்தனே முனைந்து நின்றார். ஆனால் மலையாளிகளுக்கு ஒரு பக்கம் தங்கள் மீதேயுள்ள ஒருதலைப்பட்சமான சுயமோகம் மூலமும் மறுபக்கம் மேற்கத்திய நவீனத்துவத்துடனான எல்லை மீறிய சாய்வு மூலமும் இன்னொரு பக்கம் அண்டையிலுள்ள கலாச் சாரங்களை மதிப்பிடுவதிலுள்ள பக்குவமின்மை மூலமும் நான் உள்ளிட்ட மலையாள நவீனத்துவம் ஒரு தீவாகவே உருப்பெற்றது. தமிழ், கன்னடம், மலையாளம் ஆகிய மொழிகளுக்குப் பரஸ்பரம் பங்கிட்டுக்கொள்ள அநேக நல்ல அம்சங்கள் இருந்தன. ஆனால், ஆங்கிலத்தில் சொல்வதுபோல அந்த பஸ்ஸை நாங்கள் மிஸ் பண்ணிவிட்டோம்.

அதனால்தான் இப்போது தமிழிலிருந்து மலையாளத்துக்கு நடக்கும் பலவிதமான அரங்கேற்றங்கள் என்னை மகிழ்ச்சி யடையச் செய்கின்றன.

'ஆரியங்காவிலே காற்று வந்து

ஒரு காரியம் சோதிச்சதெந்தாணு?'

(ஆரியங்காவில் காற்று வந்து ஒரு சேதி கேட்டதே என்ன அது?) என்று கவிஞர் பி. பாஸ்கரன் பிரபலமான ஒரு பாடலில் எழுதியிருக்கிறார். எல்லைகள் கடந்து தமிழ்க் காற்று கேரளத்தில் வீசட்டும். ஏராளமான கேள்விகளும் பதில்களும் உருவா கட்டும்.

இதழ் 76, ஏப்ரல் 2006

அரசியல் : ஓசையும் வேகமும்

இந்திய அரசியல்வாதிகள் பொதுவாகத் தேர்தலை நாராசமான இரைச்சல் திருவிழாவாகத்தான் கையாளுகிறார்கள். மிக அதிக உச்சத்தில் கத்துபவனுக்குத்தான் மிக அதிகமான ஓட்டுக் கிடைக்கிறது என்று அவர்கள் நம்புவதாகத் தோன்றுகிறது. மிக அதிகமான ஒலிபெருக்கிகள் மூலம் மிக உச்சமான சத்தத்தில் பாட்டு வைப்பவன் தான் ஜனநாயகத் தலைவன் என்று அவர்கள் நம்புவதாகவே கருத வேண்டும். சத்தம்தான் மிகப் பெரும் செய்தி. சொல்லும் அர்த்தமும் அதில் சிறிய அம்சம் மட்டுமே. 'ஊடகமே செய்தி' (medium is the message) என்று மார்ஷல் மக்லூஹன் சொல்லியிருக்கிறாரே.

சத்தமே செய்தி என்று நம்புகிற இரண்டு பிரதானப் பிரிவுகள் இந்தியாவில் உள்ளன: ஒன்று, அரசியல் கட்சிகள். இரண்டாவது, மதங்கள். இந்தியாவிலுள்ள வெவ்வேறு சமூகங்களின் அன்றாட வாழ்வில் மிகக் கொடூரமான ஒலிச் சீர்கேட்டை ஏற்படுத்தும் பிரதான சக்திகள் இவைதாம். பண்பாட்டின் அடையாளம் சத்தத்தை உயர்த்துவதல்ல; சத்தத்தைக் குறைப்பதே என்று அறியாத அல்லது அறிந்துகொள்ள மறுக்கிற இரண்டு ராட்சச சக்திகள்தாம் அரசியல் கட்சிகளும் மதங்களும். மதங்கள் – இதில் இந்து, முஸ்லிம், கிறிஸ்தவ பேதங்களில்லை – கிட்டத்தட்ட எல்லா நாள்களிலும் இரைச்சலால் குடிமக்களை வதைக்கின்றனவென்றால் அரசியல் கட்சிகள் அப்படிச் செய்வது தேர்தல் காலங்களில். வழிபாட்டுத்தலங்களுக்கு அருகில் வசிப்பதனால் அமைதி என்பது என்னவென்றே அறியாமல் போனவர்களை எனக்குத் தெரியும். அலறுகிற ஆன்மீகமே அவர்களுக்குப் பழக்கமானது.

கேரளத்தில் அரசியல் கட்சிகள் எல்லாச் சமயங்களிலும் ஓசையை உற்பத்தி செய்வதில்லை. அவர்களுடைய செல்வாக்கை நிரூபிக்க வேண்டிய வேளை வரும்போதுதான் அவர்கள் ஒலி பெருக்கிகளும் சினிமாப் பாட்டுகளுமாக ஊர்க்காரர்கள் மேல் குதிரைச் சவாரி செய்வார்கள். மலையாளிகளின் செவிப்புலன் களின் மீது கடல் கிழவர்களைப் போலத் தொற்றிக்கொண்டு நிரந்தரமாக அலறிக்கொண்டேயிருப்பவை மதங்கள்தாம். ஒரு சின்ன மதக் கொண்டாட்டமானாலும் வாரம் முழுவதும், குடியிருப்புப் பகுதி முழுவதும் நிஷ்டூரமாகவும் பண்பாடில்லா மலும் கர்ணகடூரமான சத்தத்தை வெளித்தள்ளிக்கொண்டிருப் பார்கள். அதற்கு எதிராக மெல்லிய குரல் எழுப்பினால், எழுப்புகிறவனின் கதை முடிந்தது. அரசியல்வாதி தன்னுடைய பேரிரைச்சல்தான் வாக்காளரை அடிபணிய வைக்கிறது என்று கருதுவதைப் போலவே மதங்களும் தம்முடைய பெரும் அலறல் தான் விசுவாசிகளைக் குனியவைக்கிறது எனக் கருதுகின்றன என்பதில் சந்தேகமில்லை.

உலகின் வெவ்வேறு பகுதிகளிலுள்ள நாடுகளில் பயணம் செய்யும் வாய்ப்பு எனக்குக் கிடைத்திருக்கிறது. ஒருபுறம் மேற்கத்திய நாட்டவரின் வளர்ச்சியடைந்த கலாச்சாரங்களையும் மறுபுறம் வளர்ந்து உயரப் பாடுபடும் கறுத்த மக்களின் கலாச் சாரங்களையும் நேரில் காண வாய்த்திருக்கிறது. ஆனால் ஓசையால் வெளிப்படையாகவும் பகிரங்கமாகவும் பொது வாழ்வை ஆக்கிரமிப்பதை இந்தியா தவிர வேறொரு சமூகத்தில் பார்த்ததில்லை. சமூகத்தின் சிறுபான்மைப் பிரிவு சத்தத்தால் பெரும்பான்மை மீது அதிகாரத்தை நிறுவுவதையே நாம் இங்குக் காண்கிறோம். இரண்டு கற்களை எடுத்து நட்டு அதற்குக் கடவுளின் பெயரைச் சூட்டிவிட்டால் இருநூறு ஒலிபெருக்கிகள் வைத்து இரண்டாயிரம் குடும்பங்களையாவது அடக்கியாளு வதற்கான சுதந்திரம் கிடைத்துவிடுகிறது. அந்தக் குடும்பங்களில் மரணப் படுக்கையில் கிடப்பவர் இருக்கலாம்; சத்தம் சித்ரவதை யாகத் தோன்றும் நோயாளிகள் இருக்கலாம்; தேர்வுக்காகப் பதற்றத்துடன் படிக்கும் மாணவர்களிருக்கலாம்; அமைதியையும் நிசப்தத்தையும் விரும்பும் சிந்தனையாளர்களிருக்கலாம்; நிம்மதியான சூழலை விரும்பும் கலைஞர்களிருக்கலாம். ஆனால் கடவுளின் பெயரால் நடத்தப்படும் இந்த ஆக்ரோஷ இரைச்சல் களுக்கும் கூப்பாட்டு அலறல்களுக்கும் முன்னால் இது போன்ற மானுடப் பிரச்சினைகள் வெறும் அற்பமானவை.

ஒலிச் சீர்கேட்டுக்கு எதிராக இந்தியாவிலுள்ள மத்திய, மாநில அரசுகள் சட்டம் இயற்றாதது ஏன் என்று நான் வியந்த துண்டு. கலாச்சார வளர்ச்சியடைந்த நாடுகளில் சத்தத்தைத் திணிப்பது குற்றமாகும். 'சனாதனமும் புனிதமுமான' பண்பாடு

நிறைந்து ததும்புகிறது என்று சொல்லப்படும் இந்தியாவில் மட்டும் சத்தம் மூலம் நடத்தும் ஆக்கிரமிப்பு ஏன் குற்றமாவ தில்லை? எனக்குப் பதில் விளங்கியது அண்மையில்தான். ஒலி மாசுபாட்டுக்கு எதிராகச் சட்டம் உருவாக்கினால் அதன் முதல் இரை – மதம் என்ற இன்னொரு முதல்வனுடன் – அரசியல் கட்சிகளாகவே இருக்கும். சத்த ஆக்கிரமிப்பின் பிரதேசம் இரண்டு முதல்வர்களுள்ள பிரத்தியேகப் பகுதியாகும்.

கடந்த தேர்தல் காலத்தில் தமிழ்நாட்டில் பயணம் செய்ய நேர்ந்தபோதுதான் கேரளத்தைவிட எத்தனையோ மடங்கு பேய்த்தனமான சத்த ஆக்கிரமிப்பைத் தமிழக அரசியல் கட்சிகள் தமிழ்க் குடிமக்களின் மீது நிகழ்த்துகின்றனவென்று புரிந்தது. ஐரோப்பாவிலிருந்து வந்திருந்த நண்பரும் நானும் திருவனந்த புரத்திலிருந்து நாகர்கோவில் வழியாகத் திருநெல்வேலி மாவட்டம் அம்பாசமுத்திரத்துக்குச் சென்றுகொண்டிருந்தோம். அரசியல் கட்சிகள் பொது மக்களை – கிராமத்தவரையும் நகரத்தினரையும் ஒரேபோல – ஓசைக் கழிவுகளாலும் பிரச்சார சாதனக் கழிவுகளாலும் பிணம் தின்னும் ஈக்களைப் போல மொய்த்துக்கொண்டிருக்கின்றன. பரஸ்பரம் மோதிக்கொள்ளும் கடூரமான சப்தக் கீற்றுகளுக்கிடையில் பிதுங்கும் மனிதர்கள். கொடி தோரணங்களுக்கும் மற்ற பிரச்சாரப் பூச்சுப் பொருள் களுக்கும் இடையில் குடிமக்கள் முட்டிமோதி நடக்கவேண்டி யிருக்கிறது. ஒலிபெருக்கிகளில் கூச்சல்கள். அரசியல் முழக்கங் களின் அட்டகாசங்கள். ராகமோ அர்த்தமோ இல்லாத பாட்டுகள் ஒன்றுடன் ஒன்று இடித்துக்கொள்வதன் பைத்தியக் காரத்தனமான ஓசைத் திருவிழா. இதெல்லாம் எதற்காக என்று யோசிக்கும்போதுதான் நாம் நடுங்கிப்போகிறோம்.

மக்களான நாம் நம்முடைய பொதுக் காரியங்களை நடத்துவதற்கும் மக்களின் மேம்பாட்டுக்கான சட்டத்தை உருவாக் கவும் மக்கள் பிரதிநிதிகளைத் தேர்ந்தெடுக்கிறோம். நம்முடைய பொது நன்மைக்காகக் கணிசமான சம்பளமும் சலுகைகளும் கொடுத்து மக்கள் பிரதிநிதிகள் என்னும் வேலைக்காரர்களை நியமிக்கிறோம்.

அதற்கான நடைமுறையே ஓட்டெடுப்பு. நாம் அளிக்க விருக்கும் வேலைக்காக விண்ணப்பித்திருக்கும் வேலை தேடுப வர்கள் அதன்பேரில் நம்மீது இந்த ஆக்கிரமிப்புகளையும் தனிவாழ்க்கையில் அத்துமீறல்களையும் நடத்துகிறார்கள். ஆச்சரிய மென்றே சொல்ல வேண்டும் – அவர்கள் நம்முடைய 'தலை வர்கள்' என்று உரிமை பாராட்டிக்கொள்கிறார்கள்.

இது என்ன கதை? இது எப்படி நிகழ்ந்தது? நாம் ஓட்டுப் போட்டு நியமனம் செய்யும் நம்முடைய வேலைக்காரர்கள்

எப்படி நம்முடைய ‘தலைவர்கள்’ ஆனார்கள்? இதுதான் இந்திய ஜனநாயகத்தை அரசியல் கட்சிகள் ஜேப்படி செய்த கதை.

அரசியல் சிந்தனையில்லாத பெரும்பான்மை மக்களை ஏமாற்றிய, ஜனநாயகத்தைத் தங்களுடைய முடியாட்சியாகத் தலைகீழாக மாற்றி நிறுத்திய கதை. குறுகிய கிராமத்துச்சாலை வழியாக நாங்கள் அம்பாசமுத்திரத்துக்குச் சென்றுகொண் டிருந்தோம். சட்டென்று டிரைவர் காரை ஒடித்துத் திருப்பிப் பாதைக்கு வெளியில் இறக்கி சடன் பிரேக் போட்டு நிறுத்தினார். நாங்கள் திடுக்கிட்டுப் பார்க்கையில் முன்னால் ஒரு பிரம்மாண்ட மான வாகன வியூகம் பாய்ந்து வந்துகொண்டிருந்தது.

கார்கள், வேன்கள், லாரிகள் ஆகியவற்றின் நீண்ட வரிசை. எல்லாவற்றிலும் நிறைய ஆட்கள். மேளச் சத்தமும் பாட்டும் பெரும் கூச்சலும். அந்தச் சின்னப் பாதையில் அவை குறைந்தது நூறு கிலோ மீட்டர் வேகத்தில் அலறிப் பாய்ந்து வந்துகொண் டிருந்தன. ஒரு மரண வேகம். அந்த வழியில் கால்நடையாகச் செல்பவர்களும் மாட்டுவண்டிகளும் சைக்கிளோட்டிகளும் இருந்தனர். அவற்றையெல்லாம் மோதிச் சிதறுவது போல ஒரு ‘தலைவர்’ – மக்களின் வேலைக்காரன் – ஓட்டுக் கேட்பதற் காக வெற்றி ஊர்வலம் நடத்திக்கொண்டு போவதைப் பார்த்து நாங்கள் மூக்கில் விரல் வைத்து நின்றோம். எங்கே வந்து சேர்ந் திருக்கிறது ஜனநாயகம்!

எனக்கு மலையாளிகளைப் பற்றி நல்ல அபிப்பிராயம் தோன்றிய மிகக் குறைந்த சந்தர்ப்பங்களில் ஒன்றாக இருந்தது அது. இன்றைய கேரளத்தில் இப்படி ஓர் இறுமாப்பைக் காட்ட எந்த மக்கள் பிரதிநிதியும் தயாராக இருக்கமாட்டார் என்பதே என் நம்பிக்கை. ‘உன்னுடைய நம்பிக்கை உன்னை வாழ வைக்கட்டும்.’ அப்படித்தானே?

இதழ் 79, ஜூலை 2006

கடவுளுக்குக் காது கேட்காதா?

திருநெல்வேலி மாவட்டம் பாபநாசத்துக்கு அருகில் இருக்கிறது 'பாபநாசம் குடிசை' என்ற நிறுவனம். அதன் நிறுவனரும், என்னுடைய மூத்த சகோதரரும் நண்பருமான சந்நியாசிக்கு அதை 'ஆசிரமம்' என்ற மதச்சார்புள்ள பெயரில் அழைக்க விருப்பமில்லை. அவர் எந்த மதத்தையும் பின்பற்றுகிறவரல்ல. மதமில்லாமலும் துறவியாக முடியுமே. அதுதான் அவர்.

மதம், 'புனித நூல்கள்', தீர்க்கதரிசிகள் போன்ற ஊன்றுகோல்கள் இல்லாமலும் ஆன்மீகம் சாத்தியமாகுமே. அதுதான் அவருடைய ஆன்மீகம். நற்செயல்களுக்காக லாபத்தில் ஒரு விகிதத்தைச் செலவழிக்கத் தயங்காத சிலர் கொண்ட ஓர் அறக்கட்டளைதான் பாபநாசம் குடிசையின் செயல்பாடுகளுக்கு ஆதரவளிக்கிறது. குடிசையின் திட்டங்களுக்கும் செயல்பாடுகளுக்கும் எதிர்காலத்துக்கும் சாமிதான் சாரதி.

கேரளத்திலிருந்து மேகங்கள் தலை நீட்டிப் பார்க்கும் சஹ்ய பர்வத சிகரங்களுக்கு அடியில் ஒரு பள்ளத்தாக்கில் தான் குடிசையின் இருப்பிடம். கல்லும் முள்ளும் அடர்ந்து வறண்டு கிடந்த அந்த மண், இன்று பயன்தரு மரங்கள் தழைத்து வளரும் வளமான தோட்டமாக மாறியிருக்கிறது. அங்கே சிதறிக் கிடக்கும் அழகான கட்டடங்களில் நூற்றுக் கணக்கான குழந்தைகளும் இளைஞர் – இளைஞிகளும் கல், மரம், உலோகம் ஆகியவற்றில் சிற்பம் செதுக்கும் வேலைகளை இலவசமாகக் கற்றுக்கொள்கிறார்கள். அவர்களுக்கு இலவசமாக உணவும் வழங்கப்படுகிறது. தூரத்திலிருந்து வருபவர்களுக்குத் தங்குமிட வசதியும் அளிக்கப்படுகிறது. எல்லாம் சேர்ந்து சற்றே பெரியதொரு

பொருளாதாரச் சுமையைக் குடிசை தாங்கிக்கொண்டிருக்கிறது. ஆனால், அந்த நெருக்கடிகள் வெளியே தென்படாத ஓர் அமைதி அங்கே நிலவுகிறது.

அண்மையில் நான் குடிசைத் தோட்டத்தின் ஒரு மூலையி லிருக்கும் சிறிய வீட்டில் எழுதுவதற்காகவும் படிப்பதற்காகவும் தங்கியிருந்தேன். தூய காற்று, மலைகள், பரந்த தொடுவானங் களின் தழுவல். குடிசையின் தோட்டம் சுற்றுப்புறங்களிலுள்ள ஊர்களிலிருந்தும் காடுகளிலிருந்தும் அடைக்கலம் தேடிவந்த உயிர்களின் புகலிடம். மயில் குடும்பங்கள் ஒன்றையொன்று கூவி அழைத்துக்கொண்டு ஓடித் திரிகின்றன. காட்டுக் கோழி, முயல், அணில், நூற்றுக்கணக்கான பறவைகள், ஓணான்கள், கீரி, கணக்கற்ற வகைகளில் வண்ணத்துப் பூச்சிகள் என்று போகிறது அங்குள்ள அகதிகளின் வரிசை. நாய்க் குடும்பங்களும் அங்குமிங்குமாகக் குடியிருக்கின்றன. யாரும் யாரையும் அழைத்து வந்து குடியமர்த்தவில்லை. வெளியுலகத்திலிருந்து துப்பாக்கிக் கும் கத்திக்கும் கற்களுக்கும் கம்புக்கும் தப்பிப் பாதுகாப்புத் தேடி ஓடி வந்தவை அவை. என்னைப் போன்ற விருந்தாளி களைத் தவிர அவற்றை உற்றுப் பார்க்கக்கூட யாருமில்லை. எல்லா வகையிலும் அமைதி, ஒத்துழைப்பு, இயற்கையழகு ஆகியவற்றின் தீவாக இருக்கிறது குடிசை.

ஆனால் என்னுடைய கனவுலகம் நொறுங்கிவிழப் பன்னி ரண்டு மணிநேரம்கூடத் தேவையாக இருக்கவில்லை. மாலை யானதும் சுற்றுப்புறக் கிராமங்களிலிருந்து ஆகாயத் தாக்குதல் போலப் பேரிரைச்சல் எழுந்தது. அமைதியின் உறைவிடமான அந்த மையம் ஒரே நிமிடத்தில் கொடூர ஓசைகளின் நரகமாக மாறியது. கிறித்துவ தேவாலயங்கள்தாம் ஒவ்வொரு நாளும் இந்தப் பயங்கரத்தைத் தொடங்கி வைத்தவை. அவர்களின் ஒலிபெருக்கிகள் சத்தத்தை வாந்தியெடுக்கத் தொடங்கியதும் வெவ்வேறு பிரிவினரின் ஆலயங்கள் தமது ஒலிபெருக்கிகள் வழியாக ஒலிப் பிரளயத்தைக் கட்டவிழ்த்துவிடும். பள்ளத்தாக்குக் குரிய அழகிய தொடுவானங்களின் அமைதியான தியானத்தி னூடே கீர்த்தனங்கள் என்ற பெயர் கொண்ட இந்த அபசுரங்கள் குளவிகளைப்போல அலைந்தன.

இயற்கையின், ஆன்மாவின், கடவுளின் மௌன சௌந் தரியத்தை இந்தக் குளவிகள் கொட்டிக் காயப்படுத்தின. வெவ்வே றான எட்டோ பத்தோ வழிபாட்டுத் தலங்களின் ஒலிபெருக்கிகள் வழியே புறப்பட்ட கீர்த்தனங்கள் காற்றில் ஒன்றாகக் கலந்து குள்ள நரிகளின் ஊளை போன்றோ, பைத்தியக்காரர்களின் கூச்சல் போன்றோ ஒலிச்சீர்கேடாக மாறின. நான் காதைப் பொத்திக்கொண்டு ஆச்சரியப்பட்டேன். கடவுளரின் காதுகள்

இத்தனை பலவீனமானவையா? கத்தினால் மட்டுமே அவருக்குக் கேட்குமா? அல்லது இறை நம்பிக்கையாளர்கள் இந்த அளவுக்குக் கருங்கல் இதயம் படைத்தவர்களா? இவ்வளவு ஆர்ப்பாட்டம் செய்தால் மட்டுமே அவர்களுடைய பக்தி விழிப்படையுமா? அதிகாலை நான்கு மணி முதல் இந்த இரைச்சல் வெறி மீண்டும் ஆரம்பமாகிறது.

இதைச் செய்பவர்களுக்குத் தாங்கள் ஒரு குற்றத்தில் ஈடு படுகிறோம் என்று புரியவில்லையா? படிக்க உட்கார்ந்திருக்கும் குழந்தைகள், நிசப்தமும் அமைதியும் தேவைப்படும் நோயாளிகள், சிந்திக்கவும் எழுதவும் ஓவியம் தீட்டவும் நிம்மதி தேவைப்படும் கலைஞர்கள், ஒருவேளை மரணப் படுக்கையில் கிடப்பவர்கள் – இவர்களையெல்லாம் ஒலிபெருக்கியைக் கையாளுபவர்கள், கருணையில்லாமல் ஒலிச் சீர்கேட்டின் விஷப் பிரவாகத்தில் மூழ்கடிக்கிறார்கள். அவர்கள் செய்வது தயையே இல்லாத மனித உரிமை மீறல். மௌனத்துக்கான என்னுடைய உரிமை, மூச்சுவிடவும் நடமாடவுமுள்ள எனது உரிமைகளைப் போல அடிப்படையானது.

மதமும் சாதியும் ஒலிபெருக்கிகள் மூலம் நடத்தும் இந்தக் கீழான ஆக்கிரமிப்பின் வழியாகத் தமது அதிகாரத்தைப் பிரகடனம் செய்கின்றன. மிகவும் உரக்கப் பிரார்த்தனை செய்பவர் களைக் கொண்டதுதான் மிக அதிகாரமுள்ள மதம். அதிக ஓசையெழுப்பும் மதம்தான் அதிஉன்னதமான மதம். மிக அதிக மான பக்தி கேசட்டுகளுக்கு உடைமையாளர்களே பலமான சாதியினர்.

தமிழ்நாட்டுடன் எனக்குள்ள குறைவான அறிமுகத்தின் வெளிச்சத்தில் சொன்னால் பகிரங்கமான ஒலிச் சீர்கேடு – அதாவது ஒலியையும் இசையையும் ஒலிபெருக்கிகள் மூலம் துஷ்பிரயோகம் செய்வது – தமிழ்நாட்டைப் போலப் பரவ லாகவும் கொடூரமாகவும் வேறு இந்தியக் கலாச்சாரங்கள் எதிலும் நிகழ்வதில்லை. ஒலிச் சீர்கேடு கேரளத்திலும் உண்டு. ஆனால் இந்த அளவிலும் இதுபோல நிரந்தரமாகவும் நிகழ்வது அபூர்வம். உலகில் கலாச்சார விழிப்புள்ள எந்தச் சமூகத்திலும் ஒலிச் சீர்கேடு சாத்தியமில்லை. பகிரங்கமான ஒலிச் சீர்கேடு கொலையைப் போன்றும் வன்முறை போன்றும் குற்றமாகவே கருதப்படுகிறது.

இங்கே மதங்கள் ஓசைகளால் நடத்தும் கைகலப்புகளின் வேர் படர்ந்து கிடப்பது அரசியலில்தான். ஒலிச் சீர்கேட்டின் முதல் குத்தகைக்காரன் அரசியல்வாதிதான். தனது திருட்டுத் தனங்களை மக்கள்மீது திணிக்க ஒலியின் தொழில் நுட்பத்தைப் பயன்படுத்தத் தொடங்கியவன் அவனே. இன்றும் அவனே

சத்தத்தின் சாத்தான். மதங்கள் உண்டாக்கும் ஒலிச் சீர்கேட்டைச் சட்டம் இயற்றித் தடுக்க அவன் மறுப்பதன் காரணம் வேறு எதுவும் அல்ல – அந்தத் தடை முதலில் பாதிப்பது அவனைத் தான்.

தமிழ்க் கலாச்சாரத்துக்கு நேர்ந்துள்ள மிகப் பெரிய அச்சுறுத்தல் ஒருவேளை, இந்த முடிவற்ற, கொடூரமான இரைச்சல் போட்டியாக இருக்கக்கூடும். கர்ண கொடூரமான, கடினமான ஓசைச் சிறையில்தான் தமிழ்க் குடிமக்கள் வாழ் கிறார்கள். சிந்தனை, மௌனமான உள்முகத் தியானம், கற்பனை, படைப்பாற்றல் எல்லாம் அவர்களைச் சூழ்ந்து பொங்கிப் புரளும் ஓசைக் கடலில் மூழ்குகின்றன.

சராசரித் தமிழ்க் குடிமகன் மௌனத்தின் அமைதிக்குப் பயப்படுபவனாகக்கூடும். சுற்றுச்சூழலின் மௌனமும் இயற்கை யின் மௌனமும் அவனால் பொறுத்துக்கொள்ள முடியாத ஒன்றாகக்கூடும்.

அசலான படைப்புத் திறனுக்கு – அது கலையோ அறிவியலோ ஆன்மீகமோ எதுவாக வேண்டுமானாலும் இருக்கட்டும் – உள்ளும் புறமும் அமைதி நிலவுவது ஓரளவு வரை அவசியமானது. கலாச்சாரத்தின் அந்த அஸ்திவாரத்தைத் தான் தேவாலயங்கள், கோவில்கள் ஆகியவற்றின் இதயமற்ற அலறல்கள் இடித்து நொறுக்குகின்றன. அரசியலின் ஒலிபெருக்கி களும் மதங்களின் ஒலிபெருக்கிகளும் எதிர்காலக் குடிமக்களின் காதுகளில் தமது விஷத்தை உருக்கி ஊற்றுகின்றன. கலைஞரைப் போன்ற மகத்தான கலை வல்லுநரான ஓர் அரசியல் தலைவரால்கூட இதற்கு எதிராக வினையாற்ற முடியாமல் போவது தமிழ் மக்களின் அவலமே.

இதழ் 83, நவம்பர் 2006

மாயாவித் திருடர்கள்

பன்னாட்டு மூலதனங்களால் பிரபலமடைந்திருக் கிறது தமிழகம். முதலீட்டாளர்களில் பலரும் – உதாரண மாக பி.எம்.டபிள்யூ. கார் நிறுவனம் – கேரளத்துக்கு வந்து முதலீடு செய்வதற்கான சாத்தியங்களை விவாதித்த வர்கள். ஆனால் அவர்கள் உயிர் தப்பி ஓடிவிட்டார்கள். காரணம், கம்யூனிஸ்டுகளும் பிற அரசியல் கட்சியினரும் சேர்ந்து கேரளத்தில் உருவாக்கிவைத்திருக்கும் தொழிற் சூழல் பைத்தியக்கார விடுதிக்குச் சமமானது. தொழிலாளி களின் மூளைகளை அரசியல் கட்சிகள் பொய்களால் மழித்துவைத்திருக்கின்றன. கம்பெனியைத் திறப்பதில் அல்ல; மூடுவதிலேயே அவர்கள் நம்பிக்கைகொண்டிருக் கிறார்கள். அரசியல்வாதிகள் இடையில் நின்று இருதரப் பினரின் சட்டைப் பைகளிலும் கைபோடுகிறார்கள். இன்று கேரளத்தில் முதலீடு செய்வதும் அதைக் கடலில் வீசுவதும் ஏறத்தாழ ஒன்றுதான்.

இங்கே சின்ன அளவிலாவது முதலீடு செய்யத் துணிந்த ஒரு வெளிநாட்டு நிறுவனம் துரதிருஷ்டவசமாகக் கொக்கோ கோலா மட்டுமே. அர்த்தமில்லாத ஒரு பானம். அதைக் குடிப்பதனால் தாகம்கூடத் தீராது. அது மட்டு மல்ல, குழந்தைகள் அதைக் குடிப்பதால் குண்டோதரர் களாகவும் அகாலத்தில் நீரிழிவு நோயாளிகளாகவும் மாறக்கூடும். மதுவைப் போலவே கொக்கோ கோலாவும் தீங்கானதுதான். மது நல்லதல்ல என்று எல்லோருக்கும் தெரியும். ஆனால், கேரளத்தில் அரசே மது விற்பனையை நடத்துகிறது. மது அருந்துபவர்களின் எண்ணிக்கையோ கொக்கோ கோலா குடிப்பவர்களின் எண்ணிக்கையை விடப் பல மடங்கு.

கொக்கோ கோலாவுக்குப் பாலக்காடு மாவட்டம் பிளாச்சி மடையில் தொழிற்சாலை தொடங்க அனுமதி அளித்தது அன்று ஆட்சியிலிருந்த இடது முன்னணி அமைச்சரவையே. 2000இல் அந்நிறுவனம் உற்பத்தியைத் தொடங்கியது. 2001இல் காங்கிரஸ் முன்னணி அதிகாரத்துக்கு வந்தது. அப்போதுதான் பழைய மார்க்சிஸ்ட் முன்னணியில் அங்கமாக இருந்த ஜனதா தளம் (எஸ்) கொக்கோ கோலாவுக்கு எதிராகக் களமிறங்கியது.

கொக்கோ கோலா தொழிற்சாலை உள்ள பிளாச்சிமடை என்ற பகுதி பெருமாட்டி பஞ்சாயத்தைச் சேர்ந்தது. கொக்கோ கோலாவுக்கு அங்கே ஆலை நிர்மாணிக்க அனுமதியளித்த பெருமாட்டிப் பஞ்சாயத்து அப்போது ஜனதா தளம் (எஸ்) – இன் கைவசம் இருந்தது. கோலா எதிர்ப்பை முன்னெடுத்ததும் அவர்கள்தாம்.

முன்னெடுத்தார்கள் என்று சொல்லக் காரணமிருக்கிறது. கொக்கோ கோலா தொழிற்சாலையின் சுற்றுப்புறங்களில் வசிக்கும் ஆதிவாசிகளுக்கு ஒருபோதும் குடிநீர் கிடைத்தது இல்லை. காரணம் எளிமையானது. ஆதிவாசிகளின் கோரிக்கைகளுக்குக் கேரளத்திலுள்ள அரசியல் – ஆட்சி – சமூகப் பொது அமைப்பு, ரோமத்தின் மதிப்புக்கூடத் தந்ததில்லை என்பதுதான். அவர்களுடைய குடிநீர்த் தட்டுப்பாடு அதிகரித்ததும் அவர்கள் போராட்டத்தில் இறங்கினார்கள். அப்போது கொக்கோ கோலா தொழிற்சாலையால்தான் தண்ணீர்ப் பஞ்சம் ஏற்பட்டிருக்கிறது என்று நம்பவைக்க ஆட்கள் இருந்தார்கள். வேறு வார்த்தைகளில் சொல்வதானால், ஆதிவாசிகளுக்குக் குடிநீர் கொண்டுவந்துதர யார் கடமைப்பட்டவர்களோ அவர்கள் மிகச் சாமர்த்தியமாகப் பழியைக் கொக்கோ கோலாமீது சுமத்தினார்கள். கொக்கோ கோலா தொழிற்சாலைக்கு முன்னால் பந்தல் கட்டி ஆதிவாசிகள் போராட்டம் தொடங்கினார்கள்.

உலகமயமாக்கல், முதலாளித்துவம், நவகாலனியாக்கம் போன்ற சொற்களுக்கான மார்க்கெட், இடதுசாரி மனோபாவமுள்ள கேரளத்தில் பிரசித்தமானது. தவிரவும், அகில இந்திய அளவிலும் உலக அளவிலும் இத்தகைய சொற்களின் நட்சத்திர மதிப்பு கவர்ச்சிகரமானது. அப்படிப்பட்ட சந்தையில் கொக்கோ கோலாவுக்கு எதிராகத் திசைதிருப்பிவிடப்பட்டவர்களும் அப்பாவிகளுமான ஆதிவாசிகள் தொடங்கிய போராட்டம் முதல் தரமான விற்பனைச் சரக்காக இருந்தது. அதை ஜனதா தளம் போன்ற உயிர்ப் பிணமான ஒரு கட்சி ஆனந்தமாக முன்னெடுத்தது. ஆதிவாசிகள் பின்னணிக்குத் தள்ளப்பட்டு, அரசியல்வாதிகள் முன்னிலை வகித்தார்கள். சி.கே. ஜானு போன்ற ஆதிவாசித் தலைவர்கள் பின்வாங்கினார்கள்.

விரைவில் பிளாச்சிமடை உலகப் புகழ் பெற்றது. ஜனதா தளம் (எஸ்) கட்சியின் கேரளத் தலைவருக்கு உரிமையான ஒரு பிரபல நாளிதழ் போராட்டத்துக்கான பிரச்சாரத்தை மேற்கொண்டது. மேதா பட்கர் முதல் வந்தனா சிவா வரையான உலகப் புகழ்பெற்ற சூழலியலாளர்களின் தீர்த்தாடன கேந்திர மானது பிளாச்சிமடை. மயிலம்மாவைப் போன்ற உள்ளூர் விக்கிரகங்களும் உருவாக்கப்பட்டன. வழக்குகள் தடபுடலாக நடந்தன. கொக்கோ கோலா தொழிற்சாலை மூடப்பட்டது. காங்கிரஸ் அரசு போய் கம்யூனிஸ்ட் அரசு வந்தது. ஆட்சிக்கு வந்ததும் அது முதலில் செய்த காரியம் கொக்கோ கோலாவுக்குத் தடை விதித்ததுதான். அதாவது, கேரளத்தின் மக்கள் தொகையில் 0.5 விழுக்காட்டினர் குடிக்கும் பானத்தைத் தடைசெய்தது. 90 விழுக்காட்டினர் காலாவதியானதும் உலகளவில் தடை செய்யப்பட்டதுமான மருந்துகளைப் பயன்படுத்தும் மாநிலத்தில், 60 விழுக்காட்டுக்கும் மேற்பட்டவர்கள் கலப்படம் செய்த மதுவை அருந்தும் மாநிலத்தில், தடை விதிக்கப்பட்டதோ 0.5 விழுக்காடுள்ள ஒரு முட்டாள் பானத்துக்கு.

இதற்கிடையில் கோலாவில் நச்சுக் கொல்லிகளின் கூறுகள் கண்டுபிடிக்கப்பட்டன. அவை இருக்கும் என்பதில் என்ன சந்தேகம்? கோலா தயாரிக்கப் பயன்படுத்தும் தண்ணீரிலும் சர்க்கரையிலும் அவை இருக்கின்றனவே! நச்சுக்கொல்லியின் கணக்கைப் பார்த்தால் தமிழ்நாட்டிலிருந்து கேரளத்துக்கு வரும் எந்தக் காய்கறியையும் எந்தப் பழத்தையும் பயன்படுத்த முடியாது. அவை பூச்சி மருந்துகளில் மூழ்கி எழுந்தவை. அதிகம் எதற்கு? கேரளக் குடிநீர் வாரியம் விநியோகிக்கும் குழாய் நீரைப் பரி சோதித்தால் காணப்படும் நச்சுக் கூறுகள் நம்மை உணர்விழக்கச் செய்யும். ஆனால், இந்த உண்மைகள் வந்தனா சிவாவுக்கும் மேதா பட்கருக்கும் எம்.பி. வீரேந்திர குமாருக்கும் அவசிய மில்லை. அவர்களுக்குத் தேவை கொக்கோ கோலா போராளிகள் என்ற சர்வதேசப் பெருமை. மக்சேசே போன்ற விருதுகள். குடிநீரில் விஷமிருந்தால் யாருக்கு நஷ்டம்? காய்கறியிலும் பழத்திலும் விஷமிருந்தால் அவர்களுக்கு என்ன? கொக்கோ கோலாதானே நட்சத்திரம்.

கொக்கோ கோலா நிறுவனத்தை மூடி வருஷங்களாகின்றன. அது தண்ணீரை உறிஞ்சுவதில்லை என்பது வெளிப்படை. ஆனால், பிளாச்சிமடை ஆதிவாசிகளுக்கும் பிறருக்கும் இன்றும் குடிநீர் கிடைக்கவில்லை. இது என்ன ஆச்சரியம்? அப்படி யானால் இந்த உலகப் பிரசித்திபெற்ற போராட்டங்கள் எதற்காக? தமிழ் நாட்டிலுள்ள கொக்கோ கோலா தொழிற்சாலை வரை பரவிய இந்தப் போராட்டம் ஏன் ஆதிவாசிகளுக்குக்

குடிநீரைக் கொண்டுவரவில்லை? எல்லாரும் கேட்கக் கூடிய கேள்விகள்தாம் இவை.

அண்மையில்தான் இந்திய நாடாளுமன்றத்தில் முதன் முறையாக உண்மை வெளிவந்தது. சி.பி.எம். பொலிட்பீரோ உறுப்பினரும் எம்.பி.யுமான பிரகாஷ் காராட்டின் கேள்விக்கு மத்திய நீர்வளத் துறை அமைச்சர் செய்புதீன் ஷேக் அளித்த பதில் பின்வருமாறு:

மத்திய நீர்வளத் துறை பிளாச்சிமடை தண்ணீர்ப் பிரச்சினையைப் பற்றி ஆய்வு நடத்தி அறிக்கை சமர்ப்பித்துள்ளது. பிளாச்சிமடை உள்ளிட்ட பெருமாட்டிப் பஞ்சாயத்திலுள்ள நிலத்தடி நீரில் 92 விழுக்காட்டையும் அங்குள்ள விவசாயிகளின் குழாய்க் கிணறுகள்தாம் உறிஞ்சியெடுக்கின்றன. சரியாகச் சொன்னால் பெருமாட்டிப் பஞ்சாயத்தில் 17.4 மில்லியன் கன மீட்டர் நீர் இன்று உள்ளது. இதில் 16.12 மில்லியன் கன மீட்டர் நீர் விவசாயப் பாசனத்துக்கும் 1.08 மில்லியன் கன மீட்டர் நீர் வீட்டு உபயோகத்துக்கும் பயன்படுத்தப்படுகிறது. மீதமுள்ள 0.2 மில்லியன் கன மீட்டர் நீரைத்தான் கொக்கோ கோலா தொழிற்சாலையும் பிற மதுத் தயாரிப்பு ஆலைகளும் பங்கிட்டுக்கொள்கின்றன. பெருமாட்டிப் பஞ்சாயத்தில் 508 ஆழ்துளைக் கிணறுகள் உள்ளன. அவற்றில் கொக்கோ கோலா வுக்கு உரிமையானவை ஐந்து. சாராய ஆலைக்குச் சொந்தமானது இரண்டு.

வந்தனா சிவாவுக்கும் மேதா பட்கருக்கும் இதைப் பற்றிச் சொல்ல ஏதாவது இருக்கிறதா? ஒரு வார்த்தைகூட இல்லை. அமைதி. பொய்களை வைத்து 'மக்கள் போராட்டங்களை' உருவாக்கும் இதுபோன்ற மாயாவித் திருடர்கள் தமிழ்நாட்டில் இருக்கிறார்களா என்று எனக்குத் தெரியவில்லை. குறைவாக இருக்கலாம். அதனால்தான் அடிப்படைப் பொருளாதார வளர்ச்சியில் தமிழகம் கேரளத்தைவிட ஒளியாண்டுகளுக்கு முன்னால் செல்வதாக நான் முன்பே குறிப்பிட்டேன்.

பிளாச்சிமடையில் நடந்த போராட்டக் கூத்துக்கு இன்னொரு சுவாரசியமான கிளைமாக்ஸ் அண்மையில் நிகழ்ந்தது. கேரள நீர்வளத் துறை அமைச்சர் பிளாச்சிமடைக்குச் சென்றிருந்தார். ஆதிவாசிகளுக்கு இப்போதும் குடிநீர் கிடைப்பதில்லை என்ற உண்மையைக் 'கண்டுபிடித்தார்.' காரணம் என்ன என்கிறீர்களா? அண்மைக் காலம்வரை நீதிமன்ற உத்தரவின்படி கொக்கோ கோலா நிறுவனம் ஆதிவாசிகளுக்குக் குடிநீர் கொண்டு வந்து விநியோகம் செய்துவந்தது. கம்பெனி மூடப்பட்ட பிறகும் அது தொடர்ந்துவந்தது.

நிறுவனம் ஊரைக் காலிசெய்ததோடு குடிநீர் விநியோகமும் நின்றுபோனது. நீர்வளத்துறை அமைச்சர் என்.கே. பிரேமசந்திரன் பிளாச்சிமடையில் ஒரு கம்பீரமான அறிவிப்பைச் செய்தார்: "ஆதிவாசிகளுக்குக் கொக்கோ கோலாவின் பிச்சை வேண்டாம். இனிமேல் அரசே குடிநீர் வழங்கும்." அப்படியானால் இத்தனை காலமாகக் குடிநீர் வழங்காமல் அவர்களைப் போராட்டத்தில் இறக்கிவிட்டதற்குப் பொறுப்பாளிகள் யார்? கொக்கோ கோலாவா?

"முட்டாள்களின் சொர்க்கம்" என்று ஒரு பிரயோகம் உண்டு. அதை நேரடியாக அனுபவித்து அறிய விரும்பினால் கேரளத்துக்கு வந்தால் போதும். நல்வரவு!

இதழ் 89, மே 2007

புதிய ஆக்கிரமிப்பாளர்கள்

மதங்கள், அரசியல் கட்சிகள், அதிகார அமைப்புகள், மையநீரோட்டத்திலுள்ள ஊடகங்கள் ஆகியவற்றின் எதேச்சாதிகாரங்களையும் சாதாரணக் குடிமகன்மீது ஆக்கிரமிப்புச் செய்யும் சமூகச் சக்திகளின் எதேச்சாதிகாரங்களையும் எளிய முறையில் எதிர்ப்பவன் இந்தக் கட்டுரையாளன். எதேச்சாதிகாரங்கள் முன்னர் அரசர்களைப் போன்ற சர்வாதிகாரிகளிடமிருந்தன. இன்று ஜனநாயக அமைப்புகளுக்குள்ளிருக்கும் – ஒன்றல்ல, ஏராளமான – எதேச்சாதிகாரங்கள் மக்களை அடிமைகளாக்கிக் கொண்டிருக்கின்றன. சுதந்திரத்துக்குப் பிற்பட்ட இந்திய வரலாற்றை ஆராய்ந்து பார்த்தால், ஜனநாயகத்துக்குள்ளிருக்கும் புதிய ஆக்கிரமிப்பாளர்கள் பற்றிய உண்மைகளைக் காண முடியும். இதுபோன்ற புதிய ஆக்கிரமிப்பாளர்களும் எதேச்சாதிகாரிகளும் ஆழமாக வேரூன்றியிருப்பது வட்டார அல்லது மாநில மட்டங்களில்தான்.

இந்திரா காந்தியின் 'பிரசித்தமான' பதினெட்டு மாதக் கால நெருக்கடிநிலை என்ற காட்டாட்சியைத் தவிர்த்தால் அனைத்திந்திய அளவில் நேரடியான மக்கள் உரிமை மீறல்கள் குறைவு. ஹிந்தி பேசாத பகுதிகளில் ஹிந்தியைத் திணிப்பதற்கான முயற்சிகளின் முனை முன்பே ஒடிக்கப்பட்டுவிட்டது. பா.ஜ.க. அரசுகூடத் தந்திரபூர்வமாகவே அதை ஊக்கப்படுத்தாமலிருந்தது. சங்கப்பரிவாரின் எதேச்சாதிகார நடவடிக்கைகள் அரங்கேறியது தில்லியில் அல்ல; அதன் சொந்தக் களமான குஜராத் போன்ற பகுதிகளிலிருந்துதான். பா.ஜ.க. அரசு, ஆர்.எஸ்.எஸ். போன்றவற்றின் பாசிச ஆசைகளுக்கு

இந்தியாவின் பன்முகத்தன்மையின் உள்ளார்ந்த ஆற்றல் தடை போட்டது. ஆனால், பொய்யாக உருவாக்கப்பட்ட வெடிகுண்டுத் தொடர்கள் மூலமாகவும் அரசு அமைப்பைப் பயன்படுத்தி நடத்தும் பிற பயங்கரவாதச் செயல்கள் மூலமாகவும் இந்தியா முழுவதும் அபாயகரமான பாதுகாப்பின்மையை அவர்களால் உருவாக்க முடிந்தது. கோயமுத்தூர் குண்டு வெடிப்பு, இன்று உண்மை வெளிப்பட்டிருக்கும் நாடாளுமன்றத் 'தாக்குதல்' உட்பட எத்தனையெத்தனை திட்டமிட்ட அபாயங்களுக்கு இந்தியர்கள் பணிய நேர்ந்தது. இந்தியாவின் பன்முகத் தன்மையில் மலர்ந்து நின்ற இந்துக் கலாச்சாரத்தின் ஆயிரமாயிரம் முகங் களில் கரிபூச ஆர்.எஸ்.எஸ்ஸின் இந்துத்துவம் அரசு பயங்கர வாதத்தைத்தான் மறைமுகமாகப் பயன்படுத்தியது. அதனால் இந்தியாவைத் தோற்கடிக்க முடியவில்லை.

இருபதாம் நூற்றாண்டின் ஐம்பதுகள் முதல் எண்பதுகள் வரையிலான காலகட்டத்தில், இந்தியாவை ஆண்ட காங்கிரஸ், இந்தியர்களின் மீது திணித்த லைசென்ஸ் ராஜும் அதை யொட்டிய பொருளாதாரக் குளறுபடிகளும் முறைகேடுகளும் இந்திய மக்கள் அனைவரும் அனுபவித்த நவீன ஆக்கிரமிப்பு களாகவே இருந்தன. விரல்விட்டு எண்ணக் கூடிய அளவிலிருந்த பரம்பரை முதலீட்டாளர்கள் தில்லியிலுள்ள அரசு எந்திரத்துடன் இணைந்து இந்தியப் பொருளாதார நிலையையும் குடி மக்களையும் தங்களது சொந்த இச்சைகளுக்கு அடிமைகளாக் கினர். ராஜீவ் காந்தி தொடங்கிவைத்து நரசிம்ம ராவ் தொடர்ந்த உலகமயமாக்கல்தான் இந்தக் கடற்கிழவர்களின் பிடியிலிருந்து விடுதலை பெறத் தொடக்கமிட்டது. குத்தகை முதலீட்டாளர் களின் இடத்தில் சுதந்திரச் சந்தைக்காகப் போட்டியிடும் புதிய முதலீட்டாளர்கள் வந்தனர். அவர்களும் ஆக்கிரமிப்பு நட வடிக்கைகளில் ஈடுபடுவார்கள் என்பது நிச்சயம். ஆனால், பொருளாதார வசதியுள்ள நுகர்வோரைக் கண்டடையாமல் எந்த முதலீட்டாளரும் சந்தையில் காலூன்றுவது சாத்தியமல்ல. எனவே, அவர்கள் தந்திரபூர்வமாகவேனும் பொருளாதார விநியோகத்தில் அக்கறை காட்டுவார்கள். ஆனால், அரசியல் ஆக்கிரமிப்பாளர்களுக்கு – இந்தியாவிலுள்ள அரசியல் கட்சி களுக்கு – அதுபோன்ற அக்கறையில்லை. இந்திய ஜனநாயக மரபில் அதிகாரத்தைப் பெற மக்களின் மேம்பாட்டுக்காகப் பணியாற்றுவது என்பது முக்கியமே அல்ல. ஓட்டுகளைக் கைப் பற்றுவதற்கான ஓராயிரம் தந்திரங்கள் அவர்களுக்குத் தெரியும். அதனால்தான் இன்றும் இந்திய அரசியல்வாதிகள் வறுமையை ஓர் அச்சுறுத்தலாகக் காண்பதில்லை. மாறாக, வறுமையை அதிகாரத்தை அடைய உதவும் கருவியாக மாற்றவும் அவர்களால் முடிகிறது. முதலீட்டாளர்கள் சுயலாபத்துக்காகக் குடிமக்களின்

பொருளாதாரம் முன்னேற வேண்டுமென்று விரும்புகிறார்கள். அரசியல் கட்சிகளுக்கு அதுவும் தேவையில்லை. சென்னையிலும் தமிழ்நாட்டின் பிற நகரங்களிலும் உள்ள சேரிகளிலிருந்து தமிழக அரசியல் கட்சிகளுக்குக் கிடைக்கும் ஆதரவைக் கவனியுங்கள். அதுதான் புதிய ஆக்கிரமிப்பு. ஆதிவாசிகள் மத்தியில் சங்கபரிவாரங்கள் உண்டாக்குகிற விளைவுகளைப் பாருங்கள். அதுதான் புதிய ஆக்கிரமிப்பு. ஒரிசா, மேற்கு வங்காளம், கர்நாடகம், மகாராஷ்டிரம், மத்தியப் பிரதேசம் போன்ற இடங்களில் ஆக்கிரமிப்பாளர்கள் அந்தந்தப் பகுதியைச் சேர்ந்த ஜாதி – மத – அரசியல் – ஊடகச் சக்திகள்தாம். ஆனால், ஏழைக் குடிமகனிடம் சுட்டிக்காட்டப்படுவதோ உலகமயமாக்கம் என்ற கானல்.

கேரளத்தில் இன்று ஆக்கிரமிப்பாளர்களின் நெரிசல். முன்பே குறிப்பிட்டதுபோல அதில் முதன்மையானவர்கள் அரசியல் கட்சியினர்தாம். சி.பி.எம்.மும் காங்கிரசும் தலைமை வகிக்கும் இரண்டு முன்னணிகளை (எல்.டி.எஃப். – இடதுசாரி ஜனநாயக முன்னணி, யூ.டி.எஃப். – ஐக்கிய ஜனநாயக முன்னணி) பயன்படுத்தி, ஒரு காலத்தில் மலையாளிகளின் கனவாக இருந்த ஜனநாயகத்தை அரசியல் கட்சிகள் தட்டிப் பறித்துத் தமது சுகபோகங்களுக்குக் கருவியாக மாற்றிக் கொண்டன. தமிழகத்தில் இது தி.மு.க.வும் அ.தி.மு.க.வும் செய்கின்றனவற்றின் முகமூடியணிந்த இன்னொரு வடிவம்.

தமிழகத்தில் அரசியல் கட்சியினர் ஆக்கிரமிப்பாளர்களாகவும் எதேச்சாதிகாரிகளாகவும் மாறியதற்கு, இருபதாம் நூற்றாண்டுத் தமிழ்ச் சமூக அரசியல் பரிணாமத்தில் நேர்ந்த குறைகளையும் மறுமலர்ச்சிச் செயல்பாடுகள் கீழ்மட்டங்களுக்குத் தாமதமாகச் சென்றடைந்ததையும் குற்றம்சாட்டலாம். ஆனால், ஸ்ரீ நாராயணனைப் போன்ற மாபெரும் சமுதாயச் சீர்திருத்தவாதியையும் இடதுசாரித் தத்துவம் போன்ற சமுதாயப் புத்துயிர்ப்புச் சக்தியையும் நூற்றாண்டின் ஆரம்பத்திலேயே பெற்றிருந்த மலையாளிகள் யாரைக் குற்றம்சாட்டுவது? 1960களிலேயே முழுமையான கல்வியறிவு பெற்றிருந்த ஒரு சமூகத்துக்கு அரசியல் அறிவும் குடிமையுணர்வும் இல்லாமல் போனதற்கு யாரைக் குற்றம் சொல்லலாம்? புத்திசாலிகள் என்று கர்வப்பட்டுக்கொள்ளும் மலையாளிகள் அரசியல் கட்சிகளால், செண்டை கொட்டப்பட்டு, உண்மையில் குடிமக்களின் பணியாளர்கள் மட்டுமான அரசியல் கட்சித் தலைவர்கள் முன்னால், பழங்காலத்தில் அரசர்கள் முன்னால் நின்றதுபோல வாலாட்டிக் கொண்டு நிற்கும் காட்சியைத்தான் நாம் காண்கிறோம்.

குடிமகனே அரசியலின் தலைவன் என்பதைக் குடிமக்களே மறந்துபோயிருக்கிறார்கள். இதற்கு வழியமைத்தவை கேரளத்தி லுள்ள மையநீரோட்ட ஊடகங்கள். விற்பனை உயர்வுக்காகவும் அதிகாரத் தேவைகளுக்காகவும் பிற சுயநல அக்கறைகளுக் காகவும் அரசியலை அவை சினிமா போன்ற நட்சத்திரச் சங்கமமாக மாற்றி வெளிப்படுத்தின. அற்பர்களான அரசியல் வாதிகளைச் சமுதாய நாயகர்களாகவும் நாயகியராகவும் அறிமுகப்படுத்தின. அரசியல் என்றால் அரசு நிர்மாணம், சமூகத்தின் எதிர்கால நிர்மாணம் என்ற உண்மையை மறைத்து வைத்தன. அரசியல் கட்சிகளுக்கிடையிலும் அவற்றுக்கு உள்ளேயும் நடக்கும் போர் நாடகங்களையே அரசியல் என்ற பெயரில் விற்றுத் தீர்த்தன. மலையாளிகள் அவற்றை விழுங்கி னார்கள். கே. கருணாகரன் முன்னாலும் ஏ.கே. ஆண்டனி முன்னாலும் வி.எஸ். அச்சுதானந்தன் முன்னாலும் அவர்கள் இன்று மண்டியிட்டுக்கொண்டிருக்கிறார்கள். மலையாளி களின் அரசியல் தலைவர்களில் பெரும்பான்மையானவர் களுக்கு ஒரு பலசரக்குக் கடையை நிர்வகிக்கும் திறமைகூடக் கிடையாது. ஆனால், பத்திரிகைகளும் தொலைக்காட்சிகளும் அவர்களுடைய பியூட்டி பார்லர்களாகச் செயல்படுகின்றன. அங்கே அவர்களுக்குக் கிடைக்கும் பிம்பமும் ஒப்பனையும் ஜெயலலிதாவின் பழைய கட்அவுட்கள்போல அவர்களை வானளாவியவர்களாகத் தோன்றச் செய்கின்றன. ஜாதி, மதச் சக்திகளின் குறுகிய திட்டங்களுக்கு ஊடகங்களும் அரசியல் கட்சிகளும் கொடுக்கும் ஆதரவையும் ஊக்கத்தையும் இத்துடன் இணைத்து வாசிக்க வேண்டும். ஸ்ரீ நாராயணனுக்கும் ஈழவச் சமுதாயத்தினருக்கும் ஒட்டுமொத்த மலையாளிகளுக்கும் ஒரு கரும் புள்ளியாக விளங்கும் வெள்ளாப்பள்ளி நடேசனைப் போன்ற ஒரு நபரின் அசாதாரண வளர்ச்சிக்கு முக்கியக் காரணம் அந்த நபரின் தார்மீகமற்ற செயல்களுக்கு ஊடகங்களும் அரசியல் கட்சிகளும் அளித்த ஆதரவுதான். குப்பியிலிருந்து திறந்துவிடப் பட்ட பூதம்போலக் கேரளக் கலாச்சாரச் சூழலை மலினப் படுத்திக்கொண்டிருக்கிறார் நடேசன். சங்கப்பரிவாரத்தின் செல்லப் பெண்ணான அமிர்தானந்தமயியைக் கலைஞர் கருணா நிதி வணங்கியதில் எனக்கு வியப்பேற்படவில்லை. ஏனெனில், தேசிய ஜனநாயகக் கூட்டணி அரசில் பங்காளியாக இருந்த தி.மு.க.வுக்கு இந்துத்துவம் புதிய விஷயமல்ல. அவர்களுடனான உடன்படுக்கை முறைகள் பற்றித் தி.மு.க.வுக்கும் அ.தி.மு.க.வுக்கும் நன்றாகவே தெரியும். ஆனால், இடதுசாரிக் கோட்டையான கேரளத்தில் – பா.ஜ.க.வுக்கு இன்னும் ஒரு சீட்கூட கிடைக்காத கேரளத்தில் – அமிர்தானந்தமயியின் எதேச்சாதிகாரம் நிறுவப் பட்டது எப்படி?

ஜனநாயக மரபுகள் எல்லாவற்றுக்கும் அளித்திருக்கும் சுதந்திரமான இடங்களைத் தவறாகப் பயன்படுத்தித்தான் நடமாடும் தெய்வங்களும் ஜாதி வெறியர்களும் அரசியல் அற்ப ஜீவிகளும் கூடு கட்டுகிறார்கள். கருத்துச் சுதந்திரத்தையும் அரசியல் சுதந்திரத்தையும் சுரண்டித்தான் அவர்கள் குடிமக்களை அடிமைகளாக்குகிறார்கள். பத்திரிகைத் தர்மத்தின் கட்டளைச் சொல் என்று தாங்களாகவே உரிமை பாராட்டிக்கொள்ளும் 'மலையாள மனோரமா', 'மாத்ருபூமி' போன்ற பல புகழ்பெற்ற ஊடகங்கள் கேரளத்தில் உள்ளன. 'எங்கள் எழுதுகோல் குடி யுரிமைக்காகப் போராடும் வாள்' என்று அவர்கள் சொல்லு வார்கள். ஆனால், அமிர்தானந்தமயி என்ற பெண்மணியை மிக மென்மையாக விமர்சனம் செய்யும் ஒரு வாசகத்தையாவது நீங்கள் 'மனோரமா'விலோ 'மாத்ருபூமி'யிலோ வெளியிட முயன்று பாருங்கள் – கேரளத்தில் ஜனநாயகம் எங்கே நின்றுகொண் டிருக்கிறது என்று அப்போது புரியும். பத்திரிகைச் சுதந்திரம் எங்கே விழுந்து கிடக்கிறது என்று புரியும். புதிய ஆக்கிரமிப் பாளர்கள் யார் என்பதும் மலையாளியாக இருப்பதில் ஏன் வெட்கப்பட நேர்கிறது என்பதும் புரியும்.

இதழ் 92, ஆகஸ்ட் 2007

கலைஞரின் கேள்விகள்

தமிழக முதலமைச்சர் மு.கருணாநிதி தீரமான பாவ பரிகாரத்தை நடத்தியிருக்கிறார். குஜராத் கூட்டப் படுகொலைக் காலத்தில்கூட இந்துத் தீவிரவாதிகளுடன் கூட்டணி உறவை நிலைநிறுத்திக்கொண்டிருந்தவர் அவர். நரேந்திர மோடியும் சங்கப் பரிவாரங்களும் நடைமுறைப் படுத்திய மனிதப் படுகொலை பற்றிச் சொல்ல அன்று கருணாநிதிக்கு எதுவுமில்லாமலிருந்தது. என்.டி.ஏ. ஆட்சிக் காலம் முழுவதும் இந்துத்துவ அரசுக்குள்ளும் வெளியிலு மிருந்த பயங்கர சக்திகள் இந்தியா முழுவதும் திட்டமிட்ட குண்டு வெடிப்புகளையும் 'மோதல்' கொலைகளையும் இதர பயங்கரவாத நடவடிக்கைகளையும் கட்டவிழ்த்து விட்டபோதும், மு.கருணாநிதி ஒரு மவுனச் சாட்சியாக இருந்தார். தமிழ்நாட்டிலேயே கோயமுத்தூரில் சிலர் அரங்கேற்றிய குண்டுவெடிப்புகளின் பின்னணியிலிருந்த உண்மை தெரிந்திருந்தும், ஜெயலலிதாவைப் போலவே கருணாநிதியும் மவுனத்தையே கடைப்பிடித்தார். தன் னுடைய மவுனம் ஏராளமான நிரபராதிகளை ஒன்பது ஆண்டு காலம் விசாரணை இல்லாத சிறைவாசத்துக்கு உள்ளாக்கியது என்பது அவரை வேதனைப்படுத்திய தாகவும் தெரியவில்லை. இந்த வகையில் ஈ.வெ. ராம சாமியின் வாரிசு என்றும் அண்ணாதுரையின் வாரிசு என்றும் பாராட்டப்படும் கலைஞர் இந்துத் தீவிரவாதத் துக்கு வழங்கிய திடமான ஆதரவு தமிழ் மறுமலர்ச்சியை, தமிழ்த் தேசியத்தை, மனிதாபிமானத்தை மதிக்கும் ஒவ்வொருவரையும் திடுக்கிடச் செய்தது. ஜெயலலிதா வுடனான அரசியல் போராட்டத்தின் ஒரு பகுதி அது என்று நம்ப நாம் தயாராகலாம். அப்படி நம்பினாலும் இந்துத் தீவிரவாதத்துக்குத் தி.மு.க. அளித்த ஆதரவு,

குறிப்பாகத் தமிழ்ப் பண்பாட்டின் மீதும் பொதுவாகத் தென் னிந்திய முற்போக்குச் சிந்தனை மீதும் ஏற்படுத்திய தாக்குதல் கடுமையானதாகவே இருந்தது என்பதை மறுக்கவியலாது. கலைஞர் கருணாநிதியின் பொதுவாழ்வில் மிக இருண்ட அத்தியாயங்கள் அவை என்பதிலும் சந்தேகமில்லை. அந்த இழந்துபோன மானங்களுக்கு இன்று அவர் ஒரு திருப்பு முனையை உருவாக்கியிருக்கிறார்.

தலைமன்னார் வளைகுடாவில், இந்தியக் கண்டத்தையும் இலங்கைத் தீவையும் ஒரு பாலம்போல இணைக்கும் புவியியல் அமைப்பை 'ராமர் சேது' என்று இன்றைக்குச் சிலர் அழைக்கத் தொடங்கியிருக்கிறார்கள். வரலாற்றுக்கு முற்பட்ட காலத்தில் பெரும் பூகம்பங்களால் இந்தியக் கண்டத்தின் முனை பெயர்ந்து விலகி இன்றைய இலங்கையானது, அதன் எச்சமாக உள்ள ஆழ்கடல் திட்டை இராமாயணக் கதையில் வரும் இராமன் கட்டிய பாலமென்று விவரிப்பது குழந்தை இலக்கியம் எழுது பவர்களுக்குப் பயனளிப்பதாக இருக்கும். அடிப்படைப் பொது அறிவுள்ள ஒருவரும் அதன் தேவதைக் கதைத்தன்மையைப் புரிந்துகொள்ளாமல் இருக்கமாட்டார்கள். பரசுராமர் கோகர்ணத்திலிருந்து கன்னியாகுமரியை நோக்கித் தன்னுடைய மழுவை வீசியெறிந்தபோது, கடல் பிளந்து உருவானதுதான் கேரளம். எனவே, அது புனிதமான பூமி. அந்த மண்ணில் மலையாளிகள் விவசாயம் செய்வதையும் வீடு கட்டுவதையும் கைவிட வேண்டும் என்னும் வாதத்தைக் கொண்டுவந்தால் எப்படி இருக்கும்? (சந்தர்ப்பவாதப் பெருமாள்களான மலை யாளிகள் பரசுராமனைப் பற்றி நாங்கள் கேள்விப்பட்டதே இல்லை என்று அறிவிப்பதுதான் ஒரே வழி). பழைய காலங்களில் வாழ்ந்த மேதைமையுள்ள கதையாளர்கள் எழுதிய கதைகள் எல்லாம் உண்மையானவை என்று வாதாடத் தொடங்கினால், அதே அளவுகோலை வைத்து அசோகமித்திரன், ஓ.வி. விஜயன், பிரேம் சந்த், கஸான்த்சாக்கீஸ் ஆகியவர்களின் கதாபாத்திரங் களும் நிஜமானவை என்று வாதாட நேரும். ஆயிரம் ஆண்டுகள் கழித்து அவர்களுடைய கதைகளின் நாயகர்களும் நாயகியரும் புதிய கடவுளர்களாக ஆகமாட்டார்கள் என யாருக்குத் தெரியும்? காலத்தைத் திரும்பிப் பார்க்கும்போது, இதுபோன்ற பரிணாமங் களைக் காண முடியும். அதிபிரதாபசாலிகளும் உலகப் புகழ் பெற்ற ஆலயங்களில் லட்சக்கணக்கானவர்களால் வழிபடப் பட்டவர்களுமான எகிப்தியக் கடவுள்கள் எங்கே போனார்கள்? அதைப் போன்ற கிரேக்கத் தெய்வங்கள் எங்கே போயின? மாபெரும் ரோமானிய சாம்ராஜ்யத்தின் சுக்கான் பிடித்திருந்த கடவுளர்களான ஜூபிடரும் அப்போலோவும் மற்றவர்களும் என்ன ஆனார்கள்? அவர்களுக்குப் பின்னாலும் பெரும்

அரசியல் இருந்தது. அன்றைய உலகத்தில் மிகவும் வலிமை வாய்ந்த சக்ரவர்த்திகள்தாம் அந்தக் கடவுளருக்கு முன்னால் தலைவணங்கி நின்றவர்கள். அன்றைய உலகின் மிகப்பெரும் படைகள்தாம் அந்தக் கடவுளரின் பெயரால் போர் செய்தன. ஆனால், இன்று அவர்களின் பெயர்கள்கூட மனித மனத்திலிருந்து மறைந்து போயிருக்கின்றன.

புராணிகங்களை (*myth*) வரலாறாக்க முயல்வதன் கபடத்தை நாம் இனங்காண வேண்டும். அதன்மீது நம்பிக்கை வைத்திருப்பவர்களுக்குப் புராணிகம் மதிப்புக்குரியது. அந்த நம்பிக்கையை நாமும் மதிக்க வேண்டும். ஆனால், புராணிகத்தை வரலாற்று உண்மையாக ஒப்பனை செய்துவைக்கும்போதுதான் பாபர் மசூதி இடிப்பு போன்ற கொடூர நிகழ்ச்சிகள் உருவாகின்றன. இராமனைத் தெய்வமாகவும் சீதையைத் தேவியாகவும் வழிபடும் கோடானுகோடி இந்தியர்கள் உள்ளனர். அவர்களுடைய நம்பிக்கையை மதிப்பது என்பது அந்தக் கற்பனைகளின் மீது வரலாற்று உண்மையின் சாயத்தைப் பூசி அவற்றை அரசியல் துடைப்பமாக்குவதல்ல. மாறாக, அந்த நம்பிக்கைச் சுதந்திரத்தைக் காப்பாற்றுவதும் அந்த நம்பிக்கையின் இடத்தில் அத்துமீறி நுழையாமலிருப்பதுந்தான் அதை மதிக்கிறோம் என்பதற்கான அடையாளங்கள்.

இந்தியாவுக்கும் இலங்கைக்கும் நடுவிலுள்ள கடல் திட்டைத் தகர்ப்பதனால் ஏற்படும் சூழலியல் விளைவுகளைக் குறித்துத்தான் உண்மையில் நாம் ஆராய வேண்டும். மத உணர்வைப் புண்படுத்துகிறது என்று அரசியல் கட்சிகள் சொல்லுவது செயற்கையானது, திட்டமிட்ட பொய் என்று நமக்குத் தெரியும். அப்பாவி விசுவாசிகள் சிலரிடமாவது தங்களுடைய பொய்யை அவை திணிக்கவுஞ்செய்யும் (ஐரோப்பிய நாடுகளில் வழிபாட்டுக்காக வைக்கப்பட்டிருந்த யேசு கிறிஸ்துவின் நிஜமான சிலுவையின் துண்டுகளைச் சேர்த்து வைத்தால் அது ரோமாபுரியிலிருந்து சீனாவரைக்கும் நீண்டு செல்வதாக இருக்குமாம்). இந்திய – இலங்கைப் புவியியலின் முதன்மையான உறுப்பு என்று விவரிக்கப்படும் இந்தக் கடல் திட்டின் ஒரு பகுதியை இடிப்பதால் என்ன நேரும்? அது நிலவியல் – சூழலியல் அமைப்புகளுக்கு எந்த வகையில் ஊறு விளைவிக்கும்? இந்தக் கேள்விகள் செயற்கையானவையல்ல. அந்தப் 'புண்படுத்தல்' உண்டாக்கக்கூடிய பின்விளைவுகள் இந்தப் புராணத்துக்காகச் சிந்தப்படும் கண்ணீராக முடிவடையாது. நம்மால் சமாளிக்க முடியாத சுற்றுச்சூழல் பிரச்சினைகளாகவே இருக்கும். எனவே, கடல் திட்டை இடிக்கும் திட்டத்தைச் செயல்படுத்த நினைப்பவர்கள் செய்ய வேண்டியவை, உண்மையாகவும் அறிவியல்

பூர்வமாகவும் சூழலியல் உணர்வுடனும் ஓர் ஆய்வை நடத்துவதும் அதன் அடிப்படையில் மேற்கொண்டு செயல்படுவதுந்தான்.

கலைஞர் இராமாயணத்தைக் கேள்விக்குட்படுத்திய முறை ஒருவேளை கடுமையானதாக இருக்கலாம். இராமாயணம் என்னும் 'மித்தை' அரசியல் துடைப்பமாக மலினப்படுத்தும் செய்கைக்கு முன்னால் கலைஞரின் கடுமையான அணுகுமுறை முதன்மை கொண்டதுதான். திட்டமிடப்பட்ட பைத்தியக்காரத் தனங்களைப் பொய் சொல்லிச் சமாளிப்பது சாத்தியமற்றது. அப்பட்டமான உண்மையின் வலியால்தான் அதைச் செய்ய முடியும். கலைஞர் நடத்திய விசாரணையின் அரசியல் நோக்கம் என்னவாக வேண்டுமானாலும் இருக்கட்டும். அதன் மூலம் அறிந்தோ அறியாமலோ அவர் ஒரு பாவபரிகாரத்தை நிறை வேற்றியிருக்கிறார். தென்னிந்தியாவின் அறிவார்ந்த மதச்சார் பற்ற மரபை மீண்டும் ஒளிரச்செய்திருக்கிறார்.

இதழ் 95, நவம்பர் 2007

மலையாளம், மலையாளி – ஓர் எச்சரிக்கை

மலையாள மொழி இன்று அடைந்திருக்கும் நிலைமை விநோதமானது. மலையாளம் என்பது என்ன? மூன்றேகால் கோடி எண்ணிக்கையுள்ள கேரளீயர்கள் அன்றாடம் பேசுகிற மொழி. எழுதுகிற மொழி. நிச்சயமாகக் கேரளத்திலுள்ள பெரும்பான்மை மக்களின் பேச்சு மொழியும் எழுத்து மொழியும் மலையாளம் மட்டுமே. உடனடியாக அப்படி இல்லாமல் போய்விடுமென்றும் தோன்றவில்லை.

ஆனால், பள்ளிக்கூடங்களிலும் கல்லூரிகளிலும் மலையாளம் இரண்டாம் மொழியாகவே இருக்கிறது. மழலையர் பள்ளியில் முதலில் கற்பிக்கும் அரிச்சுவடி மலையாளமல்ல; ஆங்கிலந்தான். சரஸ்வதி பூஜைக் காலத்தில் குழந்தைகளை எழுத்தறிவிக்க உட்கார வைத்து 'ஹரிஸ்ரீ' என்று எழுதவைப்பது பத்திரிகைகளும் பிற நிறுவனங்களும் நடத்தும் சூடான வியாபாரம். ஆனால், மறுநாள் அந்தக் குழந்தை ஏ.பி.சி.டி. ஐ நோக்கியே திரும்புகிறது.

சட்டபூர்வமான ஆட்சிமொழி மலையாளம். ஆனால், அரசாங்கப் பணிகளில் பெரும்பான்மையும் நடப்பது ஆங்கிலத்தில்தான். எழுத்தறிவு இல்லாத குடிமகனுக்கு நியாயம் கிடைக்க வேண்டிய நீதிமன்ற மொழியும் ஆங்கிலந்தான்.

அதே சமயம் நாளிதழ்கள், தொலைக்காட்சிகள் பயன்படுத்தும் மொழி மலையாளம் மட்டுமே. சட்டமன்ற

விவாதங்களின் மொழி மலையாளம். மதப் புரோகிதர்களும் சாதியமைப்புகளும் மக்களுடன் பேசுவது மலையாளத்தில் தான். சமஸ்கிருதத்திலோ அரபியிலோ லத்தீனிலோ அல்ல. சினிமாவின் மொழியும் சினிமாப் பாட்டுகளின் மொழியும் மலையாளமே. நாடகங்கள் மலையாளம். கதையும் கவிதையும் நாவலும் மலையாளம். அரசியல் சொற்பொழிவுகள் மலையாளம்.

ஆனால், பாலவாடி முதல் மலையாளியின் முதல் மொழி யாகக் கருதப்படுவது ஆங்கிலமே. மலையாளம் வெறும் 'செக் கண்ட் லாங்வேஜ்.' இந்த விசித்திரமான இரட்டை முகம் எப்படி உருவானது?

'பயன்பாடு' என்ற ஒற்றை வார்த்தையே இதற்குப் பதில். மலையாள மொழி மூலம் பயனடைபவர்களுக்கும் பயனடையா தவர்களுக்குமான வேறுபாடு இங்கே தெளிவாகிறது. 'பயன்' என்பது என்ன பொருளைத் தருகிறது என்பது எல்லாருக்கும் தெரியும். நமது வாழ்க்கையை எந்த வகையிலாவது மேம் படுத்துகிற ஒன்று. வாழ்க்கையைப் பராமரிக்க உதவும் ஒன்று. வாழ்க்கையில் நம்பக்கூடிய ஒன்று. இவைதாம் அந்தப் பயன்கள்.

சராசரி மலையாளியைப் பொறுத்தவரை அன்றாட வாழ்க்கையில் கருத்துப் பரிமாற்றத்துக்கான கருவி மலையாளம். வீட்டில், வழியில், கடையில், அலுவலகத்தில் எங்கும். அல்லது செய்திகள் வாசிக்க, தொலைக்காட்சி பார்க்க, புரோகிதனின் சொற்களைக் கேட்க எல்லாவற்றுக்கும். பத்திரிகை வாசிக்கும் போதும் தொலைக்காட்சி பார்க்கும்போதும் அவன் அரசியல் கட்சிகள், எழுத்தாளர்கள் போன்ற கருத்துத் தொடர்பாளர் களின் சொற்களையும் மறைமுகமாகக் கேட்கிறான். தொலைக் காட்சிகளில் வரும் கலை நிகழ்ச்சிகளும் சினிமாவும் அவனை மலையாளம் வழியாகவே உல்லாசப்படுத்துகின்றன.

இந்த விஷயத்தில் மலையாளி திருப்தியடைந்தவனே. இவ்வளவு காரியங்களை நிறைவேற்றும் மலையாளத்தை அவன் இரண்டாம் மொழியாகவேனும் படிக்க முடிகிறதே. பேச்சு மொழி பிறப்பிலேயே வாய்த்துவிடுகிறது.

ஆனால், இதற்கு அடுத்த தளத்தில்தான் மலையாளி மலையாளத்தைப் பற்றிப் பரிதவிக்க நேரிடுகிறது. பத்திரிகைகள், தொலைக்காட்சி, இலக்கியம், அரசியல், மதச் சொற்பொழி வுகள், சினிமா இவற்றைவிட்டால் வேறு என்ன? அவன் இவற்றுக்கு ஒரு சந்தை மட்டுமே.

அவன் மூலம் இவர்களெல்லாம் வாழ்கிறார்கள். அவர்கள் அவனிடம் மலையாளத்தில் அரசியலை விற்கிறார்கள்; மதத்தை

அரபிக் கடலோரம்

விற்கிறார்கள்; இலக்கியத்தை விற்கிறார்கள்; பத்திரிகையை விற்கிறார்கள்; தொலைக்காட்சி நிகழ்ச்சிகளை விற்கிறார்கள். அவன் கொடுக்கும் சந்தாக்கள், காணிக்கைகள், நன்கொடைகள், விலைகள் ஆகியவற்றால் அவர்கள் கேரளத்தில் வலிமையானவர்களாகவும் செல்வந்தர்களாகவும் செல்வாக்குள்ளவர்களாகவும் மாறுகிறார்கள். வேறு வார்த்தைகளில் சொல்வதானால் அவர்கள் அதிகார வர்க்கமாகிறார்கள். சராசரி மலையாளி அதிகாரம் செய்யப்படுபவனாகிறான்.

அரசியல் கட்சிகளும் மதங்களும் ஊடகங்களும் அறிவு ஜீவிகளும் அடங்கிய இந்த ஆளும் வர்க்கம் சுதந்திரத்துக்குப் பின் வந்த அரை நூற்றாண்டு கால ஆட்சியில் சராசரி மலையாளியை இந்தியா முழுவதும் அல்லது உலகம் முழுவதும் அப்பத்துக்காக அலையும் ஒரு அகதியாக்கிவிட்டிருக்கிறது. காங்கிரஸ், கம்யூனிஸ்ட், பிற கட்சிகளின் பங்களிப்பு இதுதான். மதத் தலைவர்கள், சாதியமைப்புகள், அறிவுஜீவிகள், பத்திரிகைகள், தொலைக்காட்சி அலைவரிசைகள் எல்லாவற்றின் பங்களிப்பும் இதுதான். அவர்கள் உண்டு கொழுத்தார்கள்.

சராசரி மலையாளி நோஞ்சான் ஆனான். அவன் அவர்களுடைய இரையும் அடிமையும் ஆனான். அவனுடைய மலையாளம் காலிப்பை ஆனது. மலையாளம் அவனுடைய இதயத்தின் மொழியாக இருந்தது. ஆனால், வாழ்க்கையை உருவாக்க அவனுக்கு உதவாத மொழியாக ஆனது.

காரணம், கேரளத்துக்குள்ளே மலையாளிகளுக்கு விருப்பமான ஒரு பொருளாதார நிலை இல்லாமல் போயிற்று. அரசியலால் உருவாக்கப்பட்ட தொழிலாளர் அமைப்புகள் தொழிற்சாலைகளையும் பொருளாதார முயற்சிகளையும் திட்டமிட்டுக் கவிழ்த்தன. விவசாயியைப் பூர்ஷ்வா என்று சித்தரித்து அவனை மண்ணைக் கவ்வச் செய்தன. உண்ணும் அரிசி முதல் பூஜைக்கான பூக்கள்வரை – அவ்வளவு எதற்கு? தென்னைகளின் நாடான கேரளத்திலுள்ள கயிற்றுத் தொழிற்சாலைகளுக்குத் தேவைப்படும் நார்கூட – அண்டை மாநிலங்களிலிருந்து தருவிக்க வேண்டிய நிலையை உருவாக்கின. அரசு ஊழியர்களின் முறைகேடுகள் பொதுச் சேவைத் துறைகளை அலங்கோலமாக்கின.

அமைச்சர்கள், அதிகாரிகளின் கையாலாகாத்தனம் கேரளத்தை ஒரு ஆட்சியிலிருந்து இன்னொரு ஆட்சியை நோக்கிக் காற்றுப்போன பந்தைப் போல உதைத்து எறிந்திருக்கிறது.

மலையாளிக்குக் கேரளத்தில் தன்னுடைய பிள்ளைகளின் எதிர்காலம் இருண்டது, மலையாளத்தால் தன்னுடைய பிள்ளைகளுக்குப் பயனில்லை என்பது புரிந்துவிட்டது. அவர்களுக்கு

ஒரு வேலையோ வருமான மார்க்கமோ கிடைக்க வேண்டுமானால் அவர்கள் கேரளத்தை விட்டு வெளியேற வேண்டுமென்பதும் புரிந்துவிட்டது. அதற்கு மலையாளம் பிரயோஜனமில்லை என்பதும் புரிந்துவிட்டது. மலையாளம் மூலம் பயனடைந்தவர்கள் வரிசையில் தனக்கும் தன்னுடைய பிள்ளைகளுக்கும் இடமில்லை என்பதும் புரிந்துவிட்டது. அப்படியாகத்தான் மலையாளம் செகண்ட் லாங்வேஜாகவும் ஆங்கிலம் முதல் மொழியாகவும் மாறியது.

பெரும்பான்மை மக்களுக்குச் சோறுபோடும் மொழியாக இல்லாமற்போயிருக்கிறது என்பதுதான் இன்று மலையாள மொழியின் அவலம். அது சோறு போடுவது அரசியல் கட்சிகளுக்கும் பத்திரிகை, தொலைக்காட்சிகளுக்கும் மதத் தலைவர்களுக்கும் சினிமாக்காரர்களுக்கும் அறிவுஜீவிகளுக்கும் மட்டுமே. (இதில் அப்பாவி மலையாள ஆசிரியர்களும் உண்டு). மலையாளம் அவர்களுடைய மொத்தக் குத்தகையாகிவிட்டது. அதனால்தான் நான் பல சந்தர்ப்பங்களிலும் குறிப்பிட்டுக்கொண்டிருக்கிறேன்: 'மலையாளம் உண்மையைப் பேசத் தெரியாத ஒரு மொழியாக மாறியிருக்கிறது. அதைக் குத்தகையாகக் கொண்டிருப்பவர்கள் எவரும் பொதுவாக உண்மை பேசுபவர்களுமல்ல.'

தமிழின் நிலைமை பற்றி எனக்குத் தெரியாது. அண்டை வீட்டு நிலைமையைத் தமிழ் ஓர் எச்சரிக்கையாக எடுத்துக் கொள்ள வேண்டுமா என்றும் எனக்குத் தெரியாது.

இதழ் 98, பிப்ரவரி 2008

நட்சத்திர சந்நியாசிகள்

உண்மையான போலி யார்?

கேரளத்தில் இப்போது மிகவும் கிறுகிறுக்கவைக்கும் செய்திகள் 'சுவாமிக'ளைப் பற்றியவை. சுவாமிகள் என்றால் சுவாமியார் வேடம் போட்டவர்கள். எல்லா மதங்களும் அவற்றின் அதிகார அக்கறைகளுக்கேற்ப, அந்தந்த மதத்தைச் சேர்ந்த புரோகிதர்களுக்கும் பிரமுகர்களுக்கும் ஆண்களுக்கு மட்டுமல்ல, பெண்களுக்கும் வெவ்வேறு வேடங்களை வழங்கிக்கொண்டேயிருக்கும். அரசர்கள் வேடம் தரிப்பது அதிகாரத்தை வெளிப்படுத்த என்பது போல, மதத்தலைவர்களின் வேடங்களும் தமது அதிகாரத்தை வெளிப்படுத்த உதவும் உபகரணங்கள்தாம். நான் உங்களைப் போல அல்ல; வேறுபட்டவன்; உங்களை விட மேலானவன் என்று வேடம் புனைந்து நமக்குத் தெரிவிக்கிறார்கள். 'வாளெடுப்பவனெல்லாம் வெளிச்சப்பாடு ஆகேண்டா' (வாளெடுப்பவனெல்லாம் சாமியாடி ஆக வேண்டாம்) என்று மலையாளத்தில் ஒரு பழமொழி இருக்கிறது. (பகவதி கோவில் உற்சவங்களில் பகவதி குடியேறி வாளெடுத்து ஆடும் சடங்கைச் செய்பவர் வெளிச்சப்பாடு என்று அழைக்கப்படுகிறார்). கேரளத்தில் நீண்ட நாள்களாகச் சந்நியாசி வேடம் தரித்தவர்களெல்லாம் சந்நியாசிகளாக உலாவுகிறார்கள்.

இந்து சந்நியாசியாக வேடம் புனைவதில் பெரிய சிக்கலில்லை. தாடியையும் முடியையும் நீளமாக வளர்த்து – இதை ஒரு சினிமா நடிகனைப் போல அழகாகச் செய்யலாம் – காவியும் ருத்திராட்சமும் அணிந்து, நெற்றியில் சின்னமிட்டுக்கொண்டால் இந்து சந்நியாசி ஆகிவிடலாம். துரதிருஷ்டவசமாக உண்மையான சந்நியாசிகளி

லும் இதே வேடம் தரிப்பவர்கள் இருக்கிறார்கள். ஆனால், ரமண மகரிஷியைப் போன்ற பிராமண ஞானி இதுபோன்ற எந்த வேடத்தையும் தரிக்கவில்லை. முள் தாடியும் – அடிக்கடி அதையும் மழித்துவிடுவார், ஒட்ட வெட்டிய சிகையும் இடுப்பில் துண்டும்தான் அந்த மாமனிதரின் தோற்றமாக இருந்தது. ஆசிரமத்துக்கு வெளியே அறிமுகமில்லாத யாராவது பார்த்தால் ஏதோ நாட்டுப்புறத்து விவசாயத் தொழிலாளி போகிறார் என்றே சொல்வார்கள். அதே தமிழ் நாட்டில்தான் வேடம் போடுவதில் நிபுணர்களான சந்நியாசிகளும் ஏராளமாக இருக் கிறார்கள் இல்லையா? காஞ்சியில் பின்பற்றிய பழைய நடை முறைகளும் இன்றைய நடைமுறைகளும் நம் முன்னால் இருக் கின்றன. சிம்மாசனத்தைத் தவிர வேறு இருக்கையில் புட்டத்தை வைக்காதவர்களும் இருக்கிறார்கள். வாய் பொத்தி நிற்கும் எடுபிடிக் கூட்டம் இல்லாமல் ஒரு எட்டு முன்னால் வைக்காதவர் களும் இருக்கிறார்கள்.

கேரளத்தில் ஆண் சந்நியாசிகள் எல்லாரையும் ஒரு பெண்ணின் தனி நபர் பட்டாளம் முறியடித்து மல்லாந்து விழச்செய்து நீண்ட காலமாகிறது – அம்ருதானந்தமயி என்ற சந்நியாசினி. அவருடனான போட்டியில் எப்போதாவது பிரத்யட்சப்பட்டு சவால்விடுபவர் ஸ்ரீ ஸ்ரீ ரவிசங்கர் மட்டுமே. 'எனக்கும் ஆதரவாளர்கள் இருக்கிறார்களாக்கும்' என்று லேசாகக் காட்டுவார். அதற்கப்பால் அம்ருதானந்தமயியின் கேரள சாம்ராஜ்ஜியத்துக்குள் இன்னொரு சந்நியாசி தலை தூக்குவதைப் பார்த்ததில்லை.

இந்த வெற்றிடத்தில்தான் யாருக்கும் அச்சுறுத்தல் எழுப் பாத ஏராளமான சந்நியாசி வேடதாரிகள் காலட்சேபம் செய்துவருகிறார்கள். ஆனால், சாதாரணக் குடிமகனைப் பொறுத்துப் பெரும் பிரச்சினை முன்நிற்கிறது. எந்த அளவு கோலை வைத்து 'எக்ஸ்' உண்மையான சந்நியாசியென்றும் 'ஒய்' வெறும் வேடதாரியென்றும் தீர்மானிப்பது? இங்கேதான் பத்திரிகைகளும் தொலைக்காட்சி அலைவரிசைகளும் முக்கியப் பங்குவகிக்கின்றன. அவர்கள் கொண்டாடுகிறவர்களெல்லாம் சாதாரண மக்கள் முன்னால் 'நட்சத்திர சந்நியாசிக'ளாகிறார்கள். அவர்கள்தாம் அம்ருதானந்தமயி போன்ற சந்நியாச சாம்ராஜ் ஜியத்தின் தரகர்களாகச் செயல்படுகிறார்கள். அவர்கள்தாம் ஆசிரமங்கள் கொடுக்கும் அப்பத் துண்டுகளை வாங்கித் தின்று விட்டுச் சந்நியாச வேடதாரிகளைச் சந்நியாச சூப்பர் ஸ்டார் களாக மாற்றுகிறார்கள். அவர்களுடைய பார்வையில் ரமண மகரிஷியைப் போன்ற ஒருவருக்குப் புழுதியின் மதிப்புகூடக் கிடையாது.

கேரளத்தில் கிறித்துவர்களுக்கிடையே, இந்துக்கள் மத்தியில் இருப்பதைப் போன்று தனிப்பட்ட சாம்ராஜ்ஜியங்களை உருவாக்கும் தனிநபர் பட்டாள 'சுவாமிகள்' எவருமில்லை. சாம்ராஜ்ஜியங்களை ஆள்வது ஆயர்கள் (பிஷப்புகள்)தாம். அவர்களுடைய பதவியேற்புப் படாடோபங்களுக்கு முன்னால் ரஜனிகாந்தின் நடனக் காட்சிகள் தோற்றுப்போகும். யேசு கிறிஸ்துவின் பிரதிநிதிகள் என்று தம்மை உரிமை பாராட்டிக் கொள்கிறார்கள். யேசு என்ற ஆசாரி இளைஞருக்குச் செருப்பிருந்ததாகக் கேள்விப்பட்டதில்லை. உடுத்திய ஆடையையே துவைத்து உலர்த்தி மீண்டும் உடுத்தி வாழ்ந்தவர் யேசு. அந்த மனிதரின் வார்த்தைகளை விற்பவர்களின் அகந்தையும் பளபளப்பும் நம்மை வெட்கப்படச் செய்கின்றன.

கிறித்துவர்களுக்கிடையில் ஆன்மிக சாம்ராஜ்ஜியத்தை நிர்மாணிப்பவர்கள் 'நோயிலிருந்தும் கஷ்டங்களிலிருந்தும் விடுதலை தருவதாக' வாக்குறுதி செய்யும் சுவிசேஷப் பிரச்சாரகர்களே! அவர்களுடைய ஒப்பனையும் தோற்றமும் வேறு. ஆயர்களின் பல வண்ண அங்கிகளோ கிரீடமோ செங்கோலோ எதுவும் அவர்களுக்கு இல்லை. அவர்கள் மிக விலையுயர்ந்த கோட்டும் பாண்டும் டையும் ஷூக்களும் அணிகிறார்கள். மிகவும் விலை உயர்ந்த கார்களில் பயணிக்கிறார்கள். (ஆயர்களுக்கும் இந்த வசதியுண்டு.) அவர்களுடைய திறமை அவர்களுடைய நாக்கில் இருக்கிறது.

பைபிளிலுள்ள ஒரு வசனத்தைப் பிடுங்கி ஆயிரம் அம்புகளாக எய்யும் சொல்லாற்றல் அவர்களுக்கு உண்டு. உங்களை எதையும் நம்பவைப்பார்கள். எந்த விதமாகவும் அவர்களுடைய நாக்கு வளையும். அவர்கள் அரசியலில் நுழைந்தால், இப்போதைய தலைவர்களின் நிலைமை அதோகதிதான். ஆனால், அவர்கள் அதைச் செய்யமாட்டார்கள். ஏனென்றால், அரசியல் வாதிக்குத் தேர்தல் காலத்திலாவது மக்களிடம் பதில் சொல்ல வேண்டிய கட்டாயமுண்டு. இவர்களுக்கோ ஒரு பிரார்த்தனைக் கூட்டமும் அதன் மூலம் கிடைக்கும் வசூலும் முடிந்தால் பணத்தைப் பெட்டியில் அள்ளிக்கொண்டு அடுத்த கூட்டத்துக்குப் போனால் போதும். இவர்கள் யாருக்கும் கடமைப் பட்டவர்களல்ல – கடவுளுக்குக்கூட. கடவுள் அவர்களுடைய மத்தளக்கோல் மட்டுமே.

அண்மையில், கேரளத்தில் காவல்துறையினரால் பிடிக்கப்பட்ட 'சுவாமிகள்' பலரும் வெறும் வேடதாரிகள் என்பது உண்மையே! அவர்கள் ரியல் எஸ்டேட் பிசினசிலும் சினிமா விலும் முதலீடு செய்யச் சந்நியாசி வேடத்தைத் திரையாகப் பயன்படுத்தியிருக்கிறார்கள். ஆனால், அவர்களுக்குச் செல்வம்

சேர்ந்தது, ஓர் எல்லைவரையாவது, அவர்களுடைய வேடத்தைப் பார்த்து ஏதோ அற்புத சக்தி அவர்களுக்கு உண்டு என்று நம்பிய முட்டாள்கள் மூலமாகவே. செல்வம் சேர்ந்ததும் பிற கறுப்புப் பணங்கள் அவர்களுடைய திரையைப் பயன்படுத்திக் கொள்வதற்காக அவர்களைத் தேடிவந்தன.

ஆணின் எந்த அதிகார சாம்ராஜ்ஜியத்திலும் நடப்பது போலப் பாலியல் இச்சைகளும் மதுவும் அங்கும் நிரம்பின. ஆனால், இத்தனை காலமும் நீண்டிருந்த அவர்களுடைய வெற்றி சுட்டிக்காட்டுவது கடவுளின் பெயரால் மனிதனை ஏய்ப்பது மிக எளிது என்பதைத்தான்.

கலையோ இலக்கியமோ ஆன்மிகமோ ஆதரவற்றோருக் கான சேவையோ எந்தத் துறையானாலும் மிதமிஞ்சிய வியாபார மாகும்போது அதில் போலிகளின் இருப்பும் அதிகரிக்கும். இன்று கேரளத்தில் மிக அதிகமாகச் செல்வம் குவிக்கும் தொழில் அரசியலல்ல; மதமும் ஆன்மிகமும்தான்.

அம்ருதானந்தமயியுடையதைப் போன்ற, ஆற்றுகால் பொங்கல் போன்ற புதிய தொழில்களுக்கு முன்னால் பாவம், பழைய சபரிமலையும் குருவாயூரும் மண்டியிடுகின்றன. கே. பி. யோஹன்னான் போன்ற சுவிசேஷத் தொழிலதிபர் களின் முன்னிலையில் ஆயர்களும் அவர்களுடைய பளபளப்பு களும் மங்கிப் போகின்றன. இஸ்லாமில் ஒரு காந்தபுரம் முசலியாரின் தொழிலுக்கு முன்னால் பாரம்பரிய இஸ்லாமிய நிலைமைகள் எதுவுமல்லாதவையாகின்றன.

பிடிக்கப்பட்ட 'சுவாமி'களின் வங்கிக்கணக்கு முதலிய வற்றைக் காவல் துறை பரிசோதனை செய்கிறதாம். மதம் பிடித்த யானையைப் பிணைத்துக் கட்டுவதற்குப் பதிலாக எறும்பைத் தேய்த்து நசுக்குவது போன்ற செயல் இது. ஆவணங் களுக்கு உட்படாத, வரி செலுத்தப்படாத, மர்மமான செல்வங் களை மலையாகக் குவித்துவைத்திருக்கும் அபாயகரமான ஆன்மிக சாம்ராஜ்ஜியங்கள் அரசுக்கும் குடிமக்களுக்கும் பகிரங்க மாகப் பழிப்புக் காட்டிக்கொண்டிருப்பதைக் கண்டு கொள்ளாதது போல நடித்துக்கொண்டு, இந்த அற்பப் புழுக்களைக் காலைப் பிடித்து உயர்த்திக் காட்டும் ஊடகங்களையும் காவல் துறையை யும் நாம் என்னவென்று அழைப்பது? அவர்களல்லவா உண்மை யான போலிகள்?

இதழ் 103, ஜூலை 2008

கருத்துச் சுதந்திரத்தின் குத்தகை

ஒரு சராசரிக் குடிமகனைப் பொறுத்தவரை, சாதாரண கதியில் கருத்துச் சுதந்திரம் ஒரு கேள்விக்குறி யாவதில்லை. அப்படியொன்று இருக்கிறதா என்றுகூட அவன் வியப்படையலாம். ஏனெனில், உலகிலுள்ள சாதாரண விஷயங்கள் பற்றிக் கருத்துச் சொல்ல அவனுக்குப் பிரத்தியேகமான சுதந்திரத்தை எழுதி வைக்க வேண்டியதில்லை. அது இப்போதும் அங்கே இருக்கிறது. யாரும் அதைக் கேள்விக்குட்படுத்துவதில்லை. ஆனால், அவன் தலித்தாகவோ பிற்படுத்தப்பட்டவனாகவோ இருக்கிறான் என்று வைத்துக்கொள்ளுங்கள். தமிழ் நாட்டில் உயர்சாதியினருக்குச் செல்வாக்குள்ள ஒரு பஞ்சாயத்துக் கூட்டத்தில் அவன் கருத்துச் சொல்கிறான் என்றும் வைத்துக்கொள்ளுங்கள். அப்போது அவனுடைய கருத்தின் மீது இரும்பு உலக்கை விழுவதைப் பார்க்கலாம். அவனை வாயை மூடும்படி சிலர் சொல்லலாம். சிலர் சாடியெழுந்து அவனை அச்சுறுத்தலாம்; துன்புறுத்தலாம். கேரளப் புரட்சியாளர்கள் மத்தியிலும் இதுபோன்ற சம்பவங்கள் நடப்பதுண்டு. ஆனால், அதன் அடிப்படை உயர்சாதி – கீழ்ச்சாதிப் பதவியாக இராது. கட்சிகளின் பலத்தை நிறுவுவதாக இருக்கும்.

ஆக, கருத்து அபாயகரமானதாக மாறுவதும் கருத்தை உருவாக்கிக்கொள்ளவும் வெளிப்படுத்தவுமான சுதந்திரம் கேள்விக்குட்படுத்தப்படுவதும் அதிகார வலிமையின் முன்னால்தான். அதிகாரம் என் கையிலிருக்கிறது. எனவே, என்னுடைய அபிப்பிராயம் மட்டுமே செலாவணியாகும் என்ற நிலைப்பாட்டின் முன்னால் அதிகாரமற்றவனின் கருத்து தரையில் தேய்த்து மிதிக்கப்படுகிறது. அதிகார

சக்தி குடும்பத் தலைவனுடையதாக இருக்கலாம்; சாதித் தலைவனுடையதாக இருக்கலாம்; மதப் பிரமுகருடையதாக இருக்கலாம்; அரசியல் தலைவருடையதாக இருக்கலாம்; அறிவு ஜீவுகளுடையதாக இருக்கலாம்; நிலவுடைமையாளருடையதாக இருக்கலாம்; தொழிலதிபருடையதாக இருக்கலாம்; ஊடக உரிமையாளருடையதாக இருக்கலாம். எதேச்சாதிகாரமும் அதை ஏற்றுக்கொள்ளும் பெரும்பான்மையினரின் இசைவும் நிலவுடைமைச் சமூகங்களின் அடையாளங்கள். இந்தியாவைப் போன்று நிலவுடைமைக் குணங்களிலிருந்து விடுபடாச் சமூகத்தில் கருத்துச் சுதந்திரத்தை அரசியலமைப்புச் சட்டத்தில் எழுதி வைத்தவர்களுக்கு நாம் எவ்வளவு நன்றி சொன்னாலும் போதாது. ஏட்டுப் பசு புல்லைத் தின்னாது – சரிதான். ஆனால் ஏட்டிலாவது அந்த உரிமை எழுதி வைக்கப்பட்டிருக்கிறதே. எப்போதாவது ஒருமுறை கருத்துரிமையை உயர்த்திக்காட்டி ஒரு தீர்ப்பெழுத அரசியலமைப்புச் சட்டத்திலுள்ள அந்தச் சின்ன வாக்கியம் உதவுகிறதே.

கருத்துச் சொல்ல அரசியல்வாதிகளுக்கு அவர்களுடைய மேடைகளும் சட்டப்பேரவையும் உள்ளன. மத அதிகாரிகளுக்குத் தேவாலயங்கள் உள்ளன. சாதிப் பிரமுகர்களுக்கு அவர்களுடைய கூட்டங்கள் உள்ளன. செல்வந்தர்களுக்கு அவர்களுடைய செல்வாக்கு வட்டங்கள் உள்ளன. அறிவுஜீவிகளுக்கு ஊடகங்கள் உள்ளன. சராசரிக் குடிமகன் இவர்களின் கருத்துகளைக் கேட்பவன் மட்டுமே. அவனுடைய கருத்துகளைக் கேட்க யாருமில்லை. அதிகாரங்களைக் கையாளுபவர்களின் கருத்துகளுக்கு இரையாக இருப்பதுதான் அவன் விதி. அதையும் கடந்த பயங்கரங்களை அனுபவிக்கும் குடிமக்களும் இருக்கிறார்கள். காஷ்மீர்க் குடிமக்களுக்கு வாழ்வதற்கான உரிமையே இல்லாமலாகியிருக்கிறது. சித்திரவதை முகாம்களில் இளைஞர்களும் இளம்பெண்களும் என்றென்றைக்குமாகக் காணாமற் போகிறார்கள். நாளை யார் பேருக்குச் சீட்டு விழும் என்று காஷ்மீரிலுள்ள யாருக்கும் தெரியாது. அந்த எதேச்சாதிகாரத்துடன் மோதுவது அரசியல் தீவிரவாதிகளின் அதிகாரம்; மதத் தீவிரவாதிகளின் அதிகாரம். அவர்கள் தமது கருத்துகளின் இரும்புலக்கையைத் திணிப்பது, எடுத்துக்காட்டாக, பர்தா அணியாத பெண்களை அவமானப்படுத்துவதன் மூலமும் கொன்று குவிப்பதன் மூலமுந்தான். இரண்டு எதேச்சாதிகாரங்களின் கத்திமுனைகளுக்கிடையில் வாழும் வாழ்க்கையைப் பற்றி யோசித்துப் பாருங்கள். அந்த உலகத்தில் கருத்துச் சுதந்திரத்துக்கும் வாழ்வுரிமைக்கும் என்ன பொருள்? நரேந்திர மோடியின் குஜராத்தில் மூன்று நாள்கள் நடந்த

நரவேட்டையில் கொல்லப்பட்ட ஆயிரக்கணக்கான முஸ்லிம்களின் வாழ்வுரிமைக்கு என்ன பொருள்?

குரலற்றவர்களின் குரல் என்ற வாதத்தை முன்வைத்துத்தான் ஊடகங்கள் கருத்துரிமையை ஊடகச் சுதந்திரமாக மாற்றின. அரசியலமைப்பு குடிமகனுக்கு வழங்கியுள்ள கருத்துரிமையைத்தான் ஊடகங்கள் தமது அதிகார சக்திக்கு முன்னால் உயர்த்திக்காட்டுகின்றன. குடிமகனின் நாக்கு நாங்களே என்று சொல்கின்றன. குடியுரிமையின் காவலர்கள் நாங்களே என்று பாராட்டிக்கொள்கின்றன. 'ஃபோர்த் எஸ்டேட்' – ஜனநாயகத்தின் நான்காவது தூண் – என்று தாங்கள் அழைக்கப்படுவதாக ஊடகங்கள் பெருமைகொண்டாடுகின்றன. ஆனால், ஒருவேளை கேரளத்தில் மட்டுமாக இருக்கலாம், கருத்துச் சுதந்திரத்தை மிகவும் இரக்கமற்ற முறையில் துர் உபயோகப்படுத்தும் பிரதான சக்திகள் ஊடகங்கள்தாம். அரசியல்வாதிகளோ மதங்களோ சாதிகளோ ஊடகங்கள் அளவுக்குக் கருத்துச் சுதந்திரத்தை மலினப்படுத்தவில்லை என்றே சொல்லுவேன். ஏனெனில், அவர்களுடைய நோக்கங்களின் மையம் கருத்துரிமையல்ல – வேறு பல. ஆனால், ஊடகங்களின் ஆத்மாவும் பரமாத்மாவும் கருத்துச் சுதந்திரமே. அதேசமயம், செய்திகளை இருட்டடிப்புச் செய்வது, திரிப்பது, அரை உண்மைகளைப் பிரச்சாரம் செய்வது ஆகியவற்றின் மூலம் அரசியல் – சாதி – மத அமைப்புகளின் நசிவுத்தன்மைகளுக்குத் துணைபோகிறார்கள். அவற்றை மூடி மறைக்கிறார்கள். அதன் மூலம் களங்கமற்றவர்களைச் செய்திகளினூடே வேட்டையாடுகிறார்கள். மூடநம்பிக்கைகளையும் பொருந்தாச் சடங்குகளையும் ஊக்குவிக்கிறார்கள். குடிமகனுக்காகவே தாங்கள் இவற்றை உயர்த்திக் காட்டுவதாகச் சொல்லிக் கருத்துச் சுதந்திரத்தை விபச்சாரம் செய்கிறார்கள்.

கடந்த அரை நூற்றாண்டுக் காலமாகக் கேரளத்தின் ஜனநாயக, மதச்சார்பற்ற செயல்பாடுகளுக்கும் முற்போக்குச் சிந்தனைகளுக்கும் மிகப் பெரும் ஊறுவிளைவித்தவை, மலையாளத்திலுள்ள பொது நீரோட்டப் பத்திரிகைகளாகவே இருக்கும். அரசியல் கட்சிகளும் மத, சாதிப் பிரமுகர்களும் ஊடகங்களைச் சார்ந்துதான் தமது மாசுபடுத்தலையும் நசிவையும் செய்திருக்கிறார்கள். ஊடகங்கள் அவர்களுக்கு ஆதரவாகவும் நிழலாகவும் இருக்கின்றன. பத்திரிகைகள் உருவாக்கி வைத்த அந்த நசிவு மரபைத் தொலைக்காட்சிகளில் பணியாற்றும் பக்குவமற்ற, இலட்சிய உணர்வில்லாத புதிய தலைமுறை ஊடகப் பணியாளர்கள் அழுகலின் ஆழத்துக்குக் கொண்டு செல்லுகிறார்கள். இதற்கான திடுக்கிடச் செய்யும்

சக்கரியா ＊ 91 ＊

உதாரணங்கள் இந்தக் கட்டுரையின் எல்லைக்குள் அடங்கு பவையல்ல.

அரசியலமைப்புச் சட்டத்தில் கருத்துரிமை எழுதி வைக்கப்பட்டிருப்பது சரிதானென்றாலும், சராசரிக் குடி மகனைப் பொறுத்தவரை அது வெறும் கானல்நீர் மட்டுமே. கருத்துரிமையின் குத்தகையை ஏற்றிருப்பவர்கள் அதை வரும் தலைமுறைகளைப் பாதிக்கும் பெரும் சாபமாக மாற்றிக் கொண்டிருக்கும் காட்சியே இன்று – கேரளத்தில் மட்டு மேனும் – தெரிகிறது.

இதழ் 104, ஆகஸ்ட் 2008

ஐயப்பனும் நடிகையும்

முதலில் அடிப்படைகள். சபரிமலை ஆலயம் திருவிதாங்கூர் தேவஸ்வம் போர்டுக்குச் சொந்தமானது. அதன் மிகப் பெரிய பண உற்பத்திக் கேந்திரமும் அதுவே. அந்தப் பணம் சந்தேகமின்றிப் பணியாளர்களுக்குச் சம்பளம் கொடுக்கவும் இன்ன பிறவற்றுக்குமாகக் கேரள அரசுக்குச் செல்கிறது. ஒரு வழிபாட்டுத் தலம் அங்கே வரும் பார்வையாளர்கள்மீது என்ன விதமான கட்டுப் பாடுகளை விதிக்கலாமெனக் கருதுகிறதோ அவற்றை நடைமுறைப்படுத்த உரிமை கொண்டது. சபரிமலையைப் பொறுத்தவரை, மாதவிலக்குப் பருவத்திலுள்ள பெண்கள் புனிதமான மலையில் ஏறுவதோ கடவுளைத் தரிசிப்பதோ கூடாது என்பது விதிகளில் ஒன்று.

இந்த விதி தளர்வானதும் எழுதப்படாததுமாகும். 1989ஆம் ஆண்டு ஒரு திரைப்படக் குழு பகவானின் திருவடியிலுள்ள புனிதமான பதினெட்டுப் படிகளில் நடனக் காட்சியொன்றைப் படமாக்குவதுவரை இந்த விதி பாதியளவு பின்பற்றப்பட்டது; பாதியளவு மீறப் பட்டது. சினிமாக்காரர்கள் மிகையாக நடந்து கொண்டார்கள் என்பது உண்மை. உடனடியாகப் பெரும் கூச்சலும் பிலாக்கணமும் எழுந்தன. கேரள உயர்நீதி மன்றம் பத்துக்கும் ஐம்பதுக்கும் இடைப்பட்ட வயதுள்ள பெண் பக்தர்கள் மலையேறக் கூடாது என்று தீர்ப்பளித்தது. சாதாரணமாகச் சொன்னால் அது பெண்களுக்கான உயிரியல் பாடம்.

ஆனால் அந்த வழிபாட்டுத் தலத்தின் உரிமை யாளர்கள் தங்கள் விருப்பத்துக்கு ஏற்ப இந்த நிபந்தனை களைத் தளர்த்துவதுமுண்டு என்பதும் ஓர் உண்மை.

எனவே, கேரளத்திலுள்ள வெவ்வேறு வகையான வி.ஐ.பி.க்களின் பெண்பால் உறவினர்கள் காலங்காலமாகப் பகவான் ஐயப்பனைத் தரிசிக்கப் பல முறை சென்றிருக்கிறார்கள் என்பது சபரிமலை பற்றிய பொது அறிவாகும். அதில் உயிரியல் வேற்றுமையில்லை. என்ன இருந்தாலும் அரசாங்கக் கோவில்; என்ன இருந்தாலும் அரசாங்கம் என்பது நாம்தானே. புரிந்து கொள்ளக் கூடியதுதான்.

கன்னட நடிகை ஜெயமாலாமீது கூறப்படும் குற்றச்சாட்டு உரிமையாளரின் பிரவேச நிபந்தனைக்குக் கீழ்ப்படியவில்லை என்ற பாவமே. ஆனால் உரிமையாளர்களே அந்தக் காலப் பகுதியில் தனக்காக விதியைத் தளர்த்தினார்கள் என்கிறார் ஜெயமாலா.

பல ஆண்டுகளாகச் செய்துவருவதுபோல என்றும் அவர் சொல்லியிருக்க வேண்டும். ஜெயமாலா கோவிலுக்குச் சென்றது 1987இல். இரண்டு ஆண்டுகளுக்குப் பின்னர், 1989இல் நாட்டியப் பெண்கள் புனிதப் படிக்கட்டுகளில் நடனமாடினார்கள்; சந்தேகம் வேண்டாம், உரிமையாளர்களின் விருப்பப்படிதான் இது நிகழ்ந்தது.

அது நீதிமன்ற உத்தரவுக்கும் சபரிமலையின் நுழைவாயிலான பம்பையில் பெண் போலீசை நிறுத்தும் நடவடிக்கைக்கும் இட்டுச்சென்றது. பெண் போலீசார் உயிரியல் நிபுணர்களா என்பது சந்தேகத்துக்குரியது. உடல் வேதியியலைப் பார்வையாலேயே நீங்கள் தீர்மானிக்க முடியுமல்லவா, அதுதான் இது. ஐயப்பனின் மலைக் கோவில் பழங்குடியினரின் தீர்த்தாடன கேந்திரமாகவோ புத்த விகாரமாகவோ இருக்கலாம் என்று புராணச் சார்பற்ற வரலாறு குறிப்பிடுகிறது.

இது சரியாக இருக்குமானால் நூற்றாண்டுகளுக்கு முன்பு வருகை தந்த இந்துக் கடவுள்களும் புராணங்களும் கேரளத்தில் உடைமையாக்கிக்கொண்ட நூற்றுக்கணக்கான ஆலயங்களில் இதுவும் ஒன்று. அறுநூறு ஆண்டுகளுக்கு முன்னர்தான் ஐயப்பன் கேரளத்தின் இந்து மத நீரோட்டத்தில் கலந்திருக்கிறார். அவர் வீற்றிருக்கும் அடர்ந்த கானகத்தைப் போலவே புராணக் கதைகளும் பெருகி அதை ஓர் ஈர்ப்பு மையமாக்கியிருக்கின்றன. பக்தி, அபாயம், சாகசம் ஆகியவை இணைந்த ஒரு கலவைதான் மக்களை அங்கே இழுக்கிறது. சபரிமலைப் பயணம் மரணத்துக்கு ஒப்பானது என்பதால் முன்னர் அநேக பக்தர்கள் ஈமச் சடங்கைச் செய்துவிட்டுத்தான் புறப்படுவார்கள். திரும்பி வருவார்கள் என்பதற்கான உத்தரவாதம் இல்லாமலிருந்தது.

புனித யாத்திரையிலிருந்து பெண்கள் விலக்கிவைக்கப் பட்டதன் காரணங்களில் இதுவும் ஒன்று. இன்னொரு காரணம்

உயிரியல் சார்ந்தது, மேலும் வலுவானது: கடும் பிரம்மச்சரியம் உள்பட. நாற்பத்தியொரு நாட்கள் விரதமிருந்துதான் ஆண்கள் மலையேறுகிறார்கள். பொறுமையற்ற பிரம்மச்சாரிகளின் மத்தியில் பெண்களைக் காட்டுக்குள் நுழைய அனுமதியாம லிருப்பது புத்திசாலித்தனமான, இயற்கையான முடிவுதான். அப்படி அனுமதிப்பது தொல்லையை வ்ரவழைப்பது என்ப தன்றி வேறில்லை.

காலப்போக்கில், பாலியல் ரீதியாகச் செயலூக்கமுள்ள பெண்களைப் பிரம்மச்சாரியான ஐயப்பனுக்குப் பிடிக்காது என்றே முடிவு கட்டப்பட்டது.

ஐயப்பன் தாயற்ற அநாதை, அவனது வளர்ப்புத் தாய் அவனை மோசமாக நடத்தினாள், தன் தோழியை அவன் கைவிட்டான் என்பன போன்ற கதைகள் அடங்கிய ஐயப்பப் புராணம் பெண்ணெதிர்ப்பு மனோபாவம் கொண்டது. பெண்ணுக்கு விலக்குக் கற்பிப்பதும் இதனோடு தொடர்பு கொண்டதாக இருக்கலாம். மாதவிலக்கு என்பது கேரளத்தில் எல்லாருக்கும் அச்சமூட்டக்கூடிய மகா பாவமொன்றுமல்ல. தேவியின் மாதவிடாய் உதிரத்தைப் பிரசாதமாக மதிக்கும் ஆலயமே இங்குள்ளது.

சபரிமலை ஆலயத்தின் கருவறை வரைபடத்தை வைத்துப் பார்க்கும் போது ஐயப்ப விக்ரகத்தை ஜெயமாலா நிஜமாகவே தொட்டாரா என்பது சந்தேகத்துக்கு உரியது. அவர் அப்படிச் செய்யவில்லை என்று நம்புவதற்கான வாய்ப்புகள் உண்மை என்பது போலவே அவரது மனத் தோற்றத்தில் அப்படி நிகழ்ந் திருக்கலாம் என்று கொள்வதற்கான வாய்ப்பும் உண்மை. ஜெயமாலாவையும் மற்ற பெண் பக்தர்களையும் தேவப்ரஸ்னம் நடத்திய ஜோதிடருக்குத் தெரியும். அதனால் ஆருடப் பட்டியலில் அதனையும் ஓர் அம்சமாகச் சேர்த்திருக்கவும் வாய்ப்புண்டு. அதுவே ஜெயமாலாவின் ஒப்புதலையும் பிற விஷயங்களையும் தற்போதைய ஊடகத் திருவிழாவுக்கு இட்டுச்சென்றிருக்கிறது.

கேரளத்தின் ஆன்மீகத் தளத்தில் அதிகமான பணப் புழக்கமுள்ள மையம் சபரிமலை. நூற்றுக்கணக்கான உள்நோக் கங்கள் அங்கு செயல்படுகின்றன. குறுக்கும் நெடுக்குமான நோக்கங்களாக இருந்தாலும் அவற்றின் ஒரே குறிக்கோள் – சபரிமலை மூலையில் உள்ள தேன்குடத்தில் தோள்வரை கைபோடுவது தான். தேவப்ரஸ்னம் என்பதே முன்கூட்டிப் பயிற்றுவிக்கப்பட்ட ஒன்று என்பதில் எனக்குச் சந்தேகமில்லை.

ஜெயலலிதாவின் அந்தரங்க ஆலோசகராகப் புகழ் பெற்றுள்ள ஜோதிடரால் சுட்டிக்காட்டப்பட்டுள்ள பட்டியலில் ஆன்மீகமானவையும் லௌகீகமானவையுமான ஏராளமான

முறைகேடுகள் உள்ளன – ஜெயமாலா ஐயப்ப விக்கிரகத்தைத் தீண்டினார் என்ற அற்ப விவகாரம் உட்பட. ஆனால் ஊடகங்கள் ஜெயமாலா விவகாரத்தைக் கொண்டாடத் தீர்மானித்தன. ஏனெனில் அதிக விற்பனையாகக் கூடிய சரக்கு அதுதான். கேரளத்திலுள்ள பெருவாரியான இந்துக்கள் இந்தப் 'பாவத்'துக்கு எதிர்வினை ஆற்றவில்லை; ஆனால் ஆலயக் கமிட்டியின் பிரமுகர்கள் அம்பலப்பட்டுப்போனதையும் சினிமா பாணியிலான மற்ற நிகழ்ச்சிகளையும் நிச்சயமாக ரசித்துப் பார்த்துக் கொண்டிருக்கிறார்கள். களங்கப்பட்டுப்போன புனிதத்தைப் பற்றி, சாத்வி ரிதம்பரா வெட்கப்படும் அளவுக்கு ஊடகங்கள் ஆக்ரோஷமாகக் கொந்தளிக்கின்றன. புது தில்லியிலிருந்து ஒளிபரப்பாகும் சி.என்.என். – ஐ.பி.என். சானலின் கேரளச் செய்தியாளரான ஒரு இளைஞர், ஜெயமாலா எப்படி ஐயப்பனை நாசப்படுத்தினார், சனாதன இந்து மதிப்பீடுகளைக் குலைத்தார் என்று வாயில் நுரை தள்ளப் பேசிக்கொண்டிருப்பதைப் பார்த்தேன்.

சாதாரண மலையாளியையும் இந்துவையும் பொறுத்த வரை இந்த முழு விவகாரமும் ஊடகம், புராணிகர்கள், அரசியல்வாதிகள் ஆகியோரின் கூட்டணி விற்பனைத் தந்திரங்களில் ஒன்றுதான்.

இந்தக் கதையின் துக்ககரமான பகுதி கேரளத்திலுள்ள புகழ்பெற்ற பெண்ணியவாதிகளின் நிலை பற்றியது. பெண்கள் மீது அவதூறைப் பொழியாமல், அவர்களைச் சிதைக்காமல் ஜெயமாலா – ஐயப்பன் பேரால் பெண்களின் ஆன்மீக மரியாதையைக் கற்பழிக்காமல் ஊடகங்களின் ஒருநாள்கூடக் கடந்து போகவில்லை. ஆனால் நம்புங்கள், சக்திவாய்ந்த பெண்ணியவாதிகளின் மௌனம் என் காதைக் கிழிக்கிறது. முன்னாள் நக்சலைட்டும் பெண்ணியவாதியுமான அஜிதா போன்றவர்கள் கூட, அந்தப் பாவத்தைச் செய்ய இருவரின் பங்கு வேண்டும் என்றபோதும், விபச்சாரத்தை மட்டுமே பெண்ணுக்கு எதிரானதாகப் பார்க்கிறார்கள்.

ஜெயமாலா டைப் குறுக்கீடுகளால் நிச்சயமாக ஐயப்பன் மகிழ்ந்திருப்பார். தங்களது பாவங்களை அவர்மீது போட்டுவிட்டு வழக்கமான வாழ்க்கைக்குத் திரும்பிச் செல்வதற்காக அவசரப்படும் கறுப்பாடை அணிந்த, தாடி வளர்த்த, இறுக்கமும் மங்கலானதுமான ஆண் பிரம்மச்சாரிகளின் ஓயாத கூட்டத்தைப் பார்த்து அவருக்கும் பெரும் அலுப்புத் தோன்றியிருக்கும் தானே ?

('தெஹல்கா' 15.07.2006 இதழில் வெளியானது.
ஆசிரியரின் இசைவுடன் மொழிபெயர்க்கப்பட்டது.)

இதழ் 80, ஆகஸ்ட் 2006